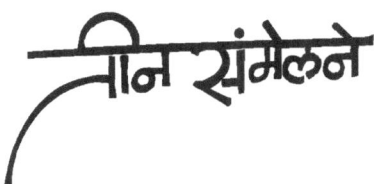

तीन संमेलने

वि. स. खांडेकर

मेहता पब्लिशिंग हाऊस

TEEN SAMELANE by V. S. KHANEDKAR

तीन संमेलने : वि. स. खांडेकर / भाषणे

© सुरक्षित

मराठी पुस्तक प्रकाशनाचे हक्क मेहता पब्लिशिंग हाऊस, पुणे.

प्रकाशक : सुनील अनिल मेहता, मेहता पब्लिशिंग हाऊस,
१९४१, सदाशिव पेठ, माडीवाले कॉलनी, पुणे - ३०.

मुखपृष्ठ : चंद्रमोहन कुलकर्णी

प्रकाशनकाल : १९४७ / फेब्रुवारी, १९९७ / पुनर्मुद्रण : सप्टेंबर, २०१४

ISBN 81-7161-670-4

आचार्य कालेलकर
व
आचार्य भागवत
यांस

१

'सहा भाषणे' हा माझ्या साहित्यविषयक व्याख्यानांचा संग्रह १९४१ साली प्रसिद्ध झाला. त्याचं वाचकांनी चांगलं स्वागत केलं. 'तीन संमेलने' हे तशाच प्रकारचं पुस्तक आहे. मात्र या तीन भाषणांपैकी फक्त एकच श्रोत्यांनी ऐकलेले असून, उरलेली दोन व्यासपीठावर न झाल्यामुळे मी घरातल्या घरातच केली आहेत. याचा अर्थ असा मात्र नाही की, शेख महंमदाप्रमाणे कुठल्या तरी संमेलनाचा मी अध्यक्ष झालो आहे, अशा मनोराज्यात गुंग होऊन ती मी लिहून काढली, ही भाषणं प्रक्षोभकारक असल्यामुळे मी बोलायला उभा राहताच सभास्थानी मोठी दंगल सुरू होऊन मुद्द्यावरून गुद्द्यावर यावं लागलं (गुद्द्याखालीच असं म्हणायला हवं! माझ्यासारखा काडी पहिलवान इतरांना काय प्रसाद देऊ शकेल, हे त्याची सुरतच सांगेल.) आणि त्या धांदलीत ही भाषणं होऊ शकली नाहीत, असंही नाही.

प्रवासातल्या गप्पा

तसं काही घडलं असतं, तर या जाहिरातबाजीच्या युगात त्याचा मला निश्चित फायदा करून घेता आला असता! एवढ्या भांडवलावर मी माझी प्रस्तावना एखाद्या युद्धकथेइतकी रोमहर्षक करू शकलो असतो. पण ...

सपाट भूप्रदेशात ज्वालामुखीचा स्फोट कुठून होणार?

माझी ही भाषणं न होण्याची कारणं अगदीच अळणी आहेत!

१९३९ साली मी उज्जैनीच्या संमेलनाचं निमंत्रण स्वीकारलं. मुंबईच्या मराठी ग्रंथ-संग्रहालयाचा वार्षिकोत्सव त्याच वेळी माझ्या अध्यक्षतेखाली व्हायचा होता. तो समारंभ आटपून पुढे उज्जैनीला जायचं, असं मी मनात ठरविलं होतं. पण माणसाचे सगळे संकल्प जर सिद्धीला जाऊ लागले, तर या जगात ज्योतिष्याला कोण विचारील? माझं मुंबईचे काम संपतं, न संपतं, तोच मला इन्फ्लुएन्झाने गाठलं.

प्रवासाच्या बाबतीत डॉक्टरनी माझ्यावर मनाई-हुकूम बजावला आणि मला उज्जैनीच्या मंडळींची नाइलाजानं निराशा करावी लागली. भाषण लिहून संपविलं आहे, असं मी उज्जैनीला आगाऊच कळवून ठेवलं होतं. ती शुद्ध लोणकढी थाप असावी, असं तिथल्या काही कार्यकर्त्यांच्या मनात आलं असण्याचा संभव आहे. या संग्रहात छापलेल्या भाषणावरून त्यांचा तो गैरसमज दूर होईल, अशी मी आशा करतो. तसं पाहिलं, तर हे १९३९चं भाषण 'सहा भाषणांत'च समाविष्ट व्हायला हवं होतं; पण काही केल्या त्या वेळी मला त्याचं हस्तलिखित मिळेना! माझ्या एका स्नेह्यांनी ते वाचायला नेलं होतं; आणि आपण ते दुसऱ्याला वाचायला दिलं आहे, याचा मला पूर्ण विसर पडला होता! त्यामुळे साऱ्या घराचं संशोधनच नव्हे, तर अगदी उत्खनन करूनही त्या वेळी मला स्वतःवर चडफडण्याखेरीज दुसरं काही करता आलं नाही.

मिरजेच्या संमेलनाच्या वेळी माझी प्रकृती चांगली धडधाकट होती. लिहिलेल्या अध्यक्षीय भाषणांपेक्षाही आपलं समारोपाचं समयस्फूर्त भाषण अधिक चांगलं होईल, असे मी स्वतःच्या प्रकृतीकडे पाहून मनातल्या मनात मांडे खात होतो; पण लवकरच त्या मांड्यांचा कोंडा झाला! मिरजेचं संमेलन अकस्मात रहित झालं. नवऱ्या मुलानं बाशिंग बांधून घोड्यावर बसायच्या पवित्र्यात उभं राहावं ना? त्याप्रमाणं मिरजेच्या कार्यकर्त्यांच्या आग्रहामुळं मी भाषण संपवून संमेलनाकरिता सिद्ध होऊन राहिलो; पण एके दिवशी मला एकदम असं कळलं, की हे लग्न ठरविणाऱ्या माणसांना कन्यादान करण्याचा कायदेशीर हक्क नसल्यामुळे, ज्या घोड्याची वाट पाहत मी उभा राहिलो होतो, तो काही आपल्या तबेल्याबाहेर पडू शकत नाही!

ते झालं असं :

मिरजेच्या काही पत्रकारांनी 'दक्षिणी संस्थान पत्रकार संमेलन' भरवायचं ठरवून त्याप्रमाणे कामाला सुरुवात केली. या संकल्पित संमेलनाचे चिटणीस श्री. आग्रवाल यांनी आचार्य जावडेकरांना भेटून त्यांच्या हस्ते संमेलनाचं उद्घाटन करायचे ठरविले, माझ्याकडे येऊन अध्यक्षपदासाठी माझी संमती घेतली आणि संमेलनाच्या तारखा निश्चित करून, त्याप्रमाणे पत्रकंही काढली. हे सर्व होत असताना या संमेलनाला मराठी पत्रकार संघाच्या अध्यक्षांची परवानगी हवी, ही कल्पना कार्यकर्त्यांपैकी कुणालाच सुचली नाही. पुढे हे लक्षात आल्यावर त्यांनी त्या दिशेने प्रयत्न सुरू केले. पत्रकार संघाच्या घटनेप्रमाणे दक्षिणी संस्थानं हा एकसलग विभाग नसल्यामुळे त्यांनी या संमेलनाला संमती देता येत नाही, असे कळविलं. घटनेप्रमाणे, मिरज, जमखिंडी वगैरे ठिकाणच्या पत्रकारांचा जो विभाग आहे, त्यानं हवं तर आपलं संमेलन भरवावं, अशी सूचना त्यांनी केली. संगमाला जशा कमीत कमी दोन नद्या

लागतात, तशी संमेलनालाही नाही म्हटले तरी चार निरनिराळ्या ठिकाणची माणसे विचार-विनिमयाकरिता यावी लागतात. नाही तर संमेलन म्हणजे गावातल्या चार लोकांची चहा-चिवड्याची बैठक व्हायची! असलं नामधारी संमेलन भरण्यापेक्षा ते न भरणं बरं, असं मिरजेच्या पत्रकारांनी मनाशी ठरविलं आणि माझं समारोपाचं भाषण मला मनातल्या मनातच करावं लागलं! अध्यक्षीय भाषण लिहून तयार होतं, म्हणून ते या संग्रहात समाविष्ट करता येत आहे. नाही तर...

नाही तर काय होतं, याचाही अनुभव माझ्यापाशी आहे. जमखिंडीला १९४० साली भरलेल्या दुसऱ्या दक्षिण महाराष्ट्र साहित्य संमेलनाचा मी अध्यक्ष होतो. वास्तविक, ते भाषण या संग्रहात असायला हवं होतं! पण...

आधी भाषण लिहून काढलं की, ते बोलणाऱ्याला नकळत बंधनकारक होतं, अशी माझी कल्पना असल्यामुळे त्या वेळी मी एक नवा प्रयोग करून पाहायचे ठरविलं. अध्यक्षीय भाषण आधी लिहून न काढता, मी ते करावं, भाषणं टिपून घेण्यात कुशल असलेल्या एखाद्या सुप्रसिद्ध वार्ताहराला संमेलनाला मुद्दाम बोलावून त्याच्याकडे ते अक्षरशः उतरून घेण्याची कामगिरी सोपवावी आणि मग त्याने टिपून घेतलेल्या मजकुरावर जरूर ते संस्कार करून, ते पुढे प्रसिद्ध करावं, असा त्या वेळी माझा बेत होता. जमखिंडीच्या चालकांनी याबाबतीत पूर्ण सहकार्य केल्यामुळे तो यशस्वी होणार, अशा आनंदात मी होतो. मी भाषणाला उभा राहिलो, तेव्हा मोठमोठ्या सभांचे अहवाल घेण्याच्या कामी गाजलेले एक गृहस्थ माझ्यापुढे फाउंटनपेन सरसावून बसलेले मला दिसले.

दीड तासाने भाषण आटोपून मी खाली बसलो. संमेलनाच्या गर्दीतून बिऱ्हाडी परत आल्यावर भाषणाची चौकशी केली, तेव्हा त्या गृहस्थांनी प्रथम दहा-बारा मिनिटे ते अक्षरशः टिपून घेण्याचा निकराचा प्रयत्न केला; पण माझा वेग जसजसा वाढत गेला, तसतसा माझा पाठलाग करणे अशक्य आहे, असा ग्रह होऊन त्यांनी तो नाद सोडून दिला आणि नेहमीप्रमाणे सारांशरूपानं सारं व्याख्यान घेतलं, असं कळलं. लग्नातच नव्हे, तर भाषणातही घाई केली की, मागाहून पस्तावत बसण्याची पाळी येते, हा धडा मी त्या संमेलनापासून शिकलो! अजून ते माझं भाषण लिहून झालेलं नाही!

२

हा अनुभव लक्षात असल्यामुळे लिहिलेलं लांबलचक भाषण पाच-पाच हजार लोकांपुढे वाचून दाखविणं म्हणजे प्रेक्षकांना खुर्च्यांना बांधून घालण्याची शिक्षा देण्यासारखं आहे, अशी मनाची खातरी झाली असूनही, मी सोलापूरचं भाषण आधी लिहून काढलं. मात्र याबाबतीत एक गोष्ट मी मनात पक्की ठरविली होती. काही

झालं, तरी भाषण वाचून दाखवून सभेला शाळेतल्या वाचनाच्या वर्गाचं स्वरूप आणायचं नाही. जाड भिंगांचा चश्मा, लहरी दूरध्वनिक्षेपक, प्रेक्षकांच्या जांभया, हातांतल्या छापील प्रतींची मधूनमधून फडफडणारी पाने आणि आपलाच डरकाळ्या फोडणारा आवाज कानांवर पुन:पुन्हा आदळू लागल्यामुळे उत्पन्न होणारे मनाचे सूक्ष्म अस्वास्थ्य इतक्या शत्रूंशी झुंज देण्याचे सामर्थ्य आपल्या अंगात नाही, हे मी ओळखून होतो. मनुष्य वाचून न दाखविता बोलू लागला, म्हणजे साहजिकच तो स्वत: त्यात रंगून जातो, चश्मा पुन:पुन्हा नीट करण्याची किंवा भाषण मागे-पुढे धरण्याची उठाठेव त्याला करावी लागत नाही आणि छापलेला मजकूर तो बरोबर वाचतोय किंवा नाही, हे पाहण्यापेक्षा भाषणाच्या ओघात तो पुढे काय बोलणार आहे, या कुतूहलाने श्रोत्यांचे चित्त वेधल्यामुळे यांत्रिक वाचनाच्या वेळी त्यांचं जे अनेक अंगविक्षेप, मूक अभिनय व जनांतिक संभाषणं सुरू असतात, ती आपोआपच बंद पडतात!

भाषण वाचण्याऐवजी 'केल्यामुळे' सोलापूरला माझा हा हेतू साध्य झाला, असं मला वाटतं. कुठलंही व्याख्यान संपताच मुद्रेवर कृत्रिम हास्य आणून 'छान, छान! It was a treat!' असे म्हणत वक्त्याशी प्रतिष्ठित सभाजनांनी हस्तांदोलन करण्याचा जो कृत्रिम उपचार आपल्याकडे रूढ होऊ पाहत आहे, त्याच्या आधाराने मी हे विधान करीत नाही. हात आणि हृदय यांत फार अंतर असते, हे नाटकातल्या नायिकेने खलपुरुषाला उद्देशून बोलायचे वाक्य हल्ली व्यवहारातही प्रत्येकाच्या अनुभवाला येऊ लागले आहे. त्यामुळे सभामंडपात माझ्या भाषणाविषयी मी जे अनुकूल उद्‌गार ऐकले, त्यांनी मी मुळीच हुरळून गेलो नाही; पण माझ्या खोलीत मी विश्रांतीकरिता येऊन पाच-दहा मिनिटे झाली असतील-नसतील, तोच विठ्ठलराव घाटे माझ्याकडे आले व म्हणाले, 'तुमच्या भाषणाला पाचापैकी साडेचार मार्क दिले मी! इतके मार्क सहसा माझ्या हातून पडत नाहीत!'

विठ्ठलरावांचे हे उद्‌गार ऐकून मला बरं वाटलं. भाषण वाचून दाखविण्याचा परंपरागत संकेत मी पाळला असता, तर त्यांनी मला दीड-दोन मार्कसुद्धा दिले नसते. कदाचित खाडकन नापासही केलं असतं! मात्र श्रोत्यांच्या दृष्टीने त्या दिवशीचं माझं भाषण ठीक झालं असलं, तरी विषय प्रतिपादनाच्या दृष्टीनं ते अपुरे राहिलं, अशी रुखरुख त्या समाधानाच्या क्षणीसुद्धा मला जाणविल्यावाचून राहिली नाही. माझ्या बोलण्याच्या पद्धतीत हा एक मोठा दोषच आहे. भाषण आधी लिहून काढलेलं असलं, तरी बोलायला उभं राहिल्यावर मी त्याच्या कुठल्या तरी भागात रंगून जातो, न लिहिलेल्या गोष्टी मला पटपट सुचू लागतात आणि मग शेवटी नमनालाच घडाभर तेल जाळणाऱ्या हरिदासाचं आख्यान घाईघाईने आवरावं, तसा प्रसंग माझ्यावर येतो. सोलापूरच्या भाषणाचा उत्तरार्ध माझ्या दृष्टीने पूर्वार्धापेक्षा

महत्त्वाचा होता; पण प्रत्यक्ष बोलण्यात मी पूर्वार्धच अधिक रंगविला. शाळकरी मुलानं रस्त्यावरल्या खेळात रंगून जाऊन शाळेला उशीर करावा ना? बोलताना तस्सं होतं माझं! बोलायला उभे राहिल्यावर नवीन उदाहरणं आठवतात, नव्या-नव्या कल्पना डोळ्यांपुढे नाचू लागतात, श्रोत्यांची कळी उमलत आहे, असं वाटलं, तर त्याचाही भाषणावर परिणाम होतो आणि अशा गोष्टींमुळे व्याख्यानाला जरी अनपेक्षित रंगत आली, तरी त्याचं स्वरूप मूळ संकल्पाइतकं रेखीव राहू शकत नाही. गडकऱ्यांच्या नाटकांचे पुढचे अंक घाईघाईने थोडक्यात रंगभूमीवर करतात ना, तशी माझ्या भाषणाची स्थिती होते.

लिहिलेल्या भाषणात नसलेलं असं काय काय त्या दिवशी मी बोललो, हे आज मला सांगता येणार नाही; पण प्रमुख विद्यमान ललित लेखकांचं दोष-दिग्दर्शन करताना जिब्रानची 'महासागर' ही रूपककथा चटकन माझ्या डोळ्यांपुढे उभी राहिल्यामुळे भाषणाच्या त्या भागाची जी खुलावट झाली, ती मी अजून विसरलो नाही.

जिब्रानच्या या गोष्टीत एक कवी आपल्या आत्म्यासह समुद्रतीरावर जातो. तिथे त्याला नाना तऱ्हांच्या उद्योगांत मग्न झालेले लोक दिसतात. त्यांची आपल्या विविध साहित्यिकांशी मी तुलना करीत गेलो. त्या गोष्टीतला पहिला मनुष्य एका मिठाच्या पिशवीतून थोडं थोडं मीठ समुद्रात टाकीत बसलेला असतो. जुन्याचा केवळ भावनात्मक दृष्टीने पुरस्कार करून, नव्याकडे अश्रद्ध निराशेनं पाहणाऱ्या य. गो. जोश्यांचे चित्र वाटलं ते मला! लगेच मी अत्रे व फडके यांच्याकडे वळलो. त्यांच्या वाङ्मयात जो उथळ सुखवाद आहे, त्याचं चित्र जिब्रानच्या शब्दांत मी असं रेखाटलं : 'तिथे पांढऱ्या शुभ्र खडकावर बसलेला एक मनुष्य आम्हांला दिसला. त्याच्या हातात एक रत्नजडित पेटी होती. त्या पेटीतून प्रत्येक वेळी चिमूटभर मीठ काढून तो ती समुद्रात टाकीत होता.' या गोष्टीतला तिसरा मनुष्य मोठ्या नाजूक हाताने वाळवंटात मरून पडलेले मासे उचलून ते परत समुद्रात नेऊन सोडीत असतो. त्याचे वर्णन करून मी म्हणालो 'हे तुमचे भूतदयावादी खांडेकर! आजच्या विषम समाजरचनेच्या पायात माणुसकीचा पदोपदी बळी दिला जात आहे, म्हणून ते आपल्या प्रत्येक कादंबरीत अश्रू गाळीत आहेत; पण नुसत्या अश्रुधारांनी या जगातला एक तरी अन्याय दूर झाला आहे का? क्रांतीला रक्ताचा नैवेद्य लागतो, अश्रूंचा नाही, हे त्यांना अजून उमजत नाही! वाळूत काढलेली आपल्या छायेची आकृती लाटा पुसून टाकीत आहेत, हे ठाऊक असूनही ती पुन:पुन्हा रेखाटणाऱ्या मनुष्याशी मी वामनराव जोशी यांची तुलना केली. मानवी सौजन्यावरली त्यांची अढळ श्रद्धा त्या वेळी माझ्या डोळ्यांपुढे उभी होती. सानेगुरुजी आजच्या इतके सहा वर्षांपूर्वी लोकप्रिय नव्हते; पण त्यांच्या वाङ्मयातलं स्वप्नाळू ध्येयवादित्व दर्शित करताना 'समुद्रावरला फेस गोळा करून तो कमंडलूत भरण्याचा प्रयत्न करणाऱ्या'

माणसाचं चित्र मी रेखाटलं. वरेरकर-माडखोलकरांची वास्तवता ही 'समुद्राकडे पाठ फिरवून कानाला लावलेल्या शिंपल्यांतून सागरगर्जना ऐकणाऱ्या व्यक्तीसारखी आहे', असे सांगून मी त्या वेळी हे वर्णन पुरं केलं होतं.

या वर्णनाने माझ्या लिहिलेल्या भाषणातल्या या भागात नसलेला चटकदारपणा सभामंडपात निर्माण केला; पण मौजेची गोष्ट ही की, एकाही वृत्तपत्राने त्या भाषणातल्या असल्या कुठल्याही उत्स्फूर्त नावीन्याचा एका शब्दानंसुद्धा उल्लेख केला नाही. मला उचलून धरणारे, माझ्यावर तुटून पडणारे खांडेकरांचे भाषण प्रतिगामी झाले, म्हणून आरोळ्या ठोकणारे आणि धुळवडीशिवाय जशी होळीला पूर्णता येत नाही, तसं पुढे महिना-दोन महिने खऱ्याखोट्या टीकेनं वर्तमानपत्रांचे अंक भरले नाहीत, तर संमेलन साजरंच होत नाही, असं मानणारे अनेक साहित्यिक व पत्रपंडित संमेलनाला हजर होते. वाचकांना जेवढं पंचगव्य द्यायला हवं होतं, तेवढं त्यांनी — प्रसंगी त्यांचं नाक दाबून — पुढे काही दिवस त्यांना पाजलं; पण हे सारं धर्मकृत्य यथाशास्त्र करीत असताना मी केलेलं भाषण लिहिलेल्या भाषणाहून थोडं-फार निराळे होतं, याची दखल जशी कुणी घेतली नाही, तसे चार-दोन सन्मान्य अपवाद वगळले, तर माझ्या भाषणाच्या तात्त्विक बैठकीकडेही कुणी लक्ष दिलं नाही. संमेलनाला हजर असलेल्या साहित्यिकांनी व पत्रपडितांनी भाषण ऐकल्यावर ते वाचण्यात स्वारस्य नाही, अशा समजुतीनं ते बहुधा वाचलं नसावं! आणि जे हजर नव्हते त्यांच्यापुढे अप्रस्तुत ऐकीव बातम्यांना तिखटमीठ लावून आपलं लिखाण चुरचुरीत करण्याचं सहकार्य असल्यामुळे असलं रूक्ष वाचन करायला त्यांना वेळ मिळाला नसावा! 'शृंगार व हास्य हे मुख्यत: व्यक्तिनिष्ठ रस आहेत. पण करुण, वीर व वत्सल हे या दोन्हींहून अधिक व्यापक स्वरूपाचे असे रस आहेत. या तीन रसांचा व्यक्तिजीवनाशी निकटचा संबंध असला, तरी सामाजिक रस यादृष्टीने आज त्यांचं महत्त्व अधिक आहे' - 'आमच्यांत आज प्रतिभेची उणीव नाही; जीवनाच्या व्यापक जाणिवेची उणीव आहे. कलोपासनेला लागणाऱ्या उत्कट प्रामाणिकपणाची उणीव आहे', 'विचारशील व्यक्तित्वाशिवाय ललितलेखक द्रष्टा होऊ शकत नाही', 'कलेचा उगम संघर्षाइतकाच संगमात आणि संग्रामात आहे', 'स्वत:ला बंडखोर म्हणविणाऱ्या सर्व मराठी ललितलेखकांच्या अंत:करणात डोकावून पाहावं, प्रत्येकजण अगदी सामान्य सुधारक आहे, असं आढळून येईल', 'व्यक्तिजीवनाचे सौंदर्य आता व्यक्तीवर अवलंबून नाही. ते समाजजीवनाच्या सौंदर्यावर आणि स्वातंत्र्यावर अवलंबून आहे', 'मनुष्य परिस्थितीचा गुलाम नाही. तो आपल्या मनाचा गुलाम आहे. मनाच्या शृंखला वाङ्मयच तोडू शकतं' अशांसारखी अनेक विधानं माझ्या भाषणात आहेत. त्यांतली काही एकांगी असतील; पण संमेलनाच्या वेळी अथवा त्यानंतर वृत्तपत्रांतल्या राक्षस पाट्यांनी उडविलेल्या राळेत आणि स्वत:ला

शिकारी समजून वेळी-अवेळी आपल्या लेखणीचे वायबार काढीत सुटणाऱ्या संपादकांनी उठविलेल्या रानात या विधानांवरच्या टीकेचे दर्शन मला कुठेच झालं नाही.

मात्र या हुल्लडबाजीतही तीन-चार अधिकारी व्यक्तींच्या मार्मिक टीकेचा लाभ मला झाला. आचार्य जावडेकर हे त्यांत अग्रेसर होत. गांधीवाद व मराठी वाङ्मय याविषयीची माझी विधाने मान्य नसल्यामुळे त्यांनी ज्याप्रमाणे त्यांची कठोर चिकित्सा केली, त्याप्रमाणे 'खांडेकरांनी आजच्या मराठी ललित वाङ्मयाचे आत्मनिरीक्षणात्मक परीक्षण करून त्यातील उणिवा लोकांपुढे मांडल्या आहेत', 'आज शृंगार आणि हास्य यांच्यापेक्षा करुण, वीर व वत्सल रसांची अधिक आवश्यकता आहे, हे खांडेकर यांचे मत मननीय आहे', अशा अर्थाचे उद्‌गारही त्यांनी काढले. माझे सर्व भाषण हे एक प्रकारचे आत्मपरीक्षण होते, हे फक्त त्यांनीच ओळखले.

३

इतर अनेकांनी आपल्या सोयीसाठी या भाषणाचे हवे तसे लचके तोडले आणि संदर्भविरहित वाक्ये घेऊन माझ्या पदरी शक्य तितका मूर्खपणा बांधण्याचा प्रयत्न केला. खेळाडूपणाची अणि सत्यवक्तेपणाची बिरुदे मिरविणाऱ्यांनी माझ्या भाषणावर टीका करताना माझ्या अंगावरील डागांचा उल्लेख केला, इतकेच नव्हे, तर हंस कंपनीच्या नट्यांबरोबर मी मोटारीतून फिरत आहे, असेही सूचकपणाने वाचकांच्या गळी उतरविण्याचा प्रयत्न केला! १९३८-३९ साली हंस कंपनीच्या ज्या गाडीतून मी स्टुडिओत जात असे, त्याच गाडीत कित्येकदा कंपनीच्या त्या त्या वेळच्या चित्रात काम करणारी एखादी नटीही असे. राजारामपुरीतल्या माझ्या घरापासून मैल-सव्वा मैल अंतरावर असलेल्या स्टुडिओपर्यंत आमचा हा सहप्रवास कधी कधी होई. पण संमेलनात घडलेल्या एका प्रसंगाच्या निमित्ताने या साध्या गोष्टीचा सूचक रीतीने उल्लेख करणाऱ्यांनी आपल्या पायाखाली जन्मभर काय जळत आले आहे, हे जसे पाहिले नाही, तसे संमेलनात खरोखरच काय घडले, हे जाणून घेण्याइतका प्रामाणिकपणाही दाखविला नाही. संमेलनाच्याच अहवालातून त्या प्रसंगाची हकीगत खाली देतो; म्हणजे अध्यक्षावर वैयक्तिक टीका करण्याइतका त्या प्रकरणाशी माझा संबंध होता की, नाही, हे कुणाला सहज कळून येईल. सोलापूर संमेलनाच्या अहवालात पृष्ठ २२ वर खालील मजकूर आहे:

'दुसरा दिवस उजाडला आणि सकाळीच 'लोकशक्ती'च्या अंकात 'नटीस व्यासपीठावर बसविले' अशा अर्थाचा निराधार व खोटा मजकूर प्रसिद्ध झालेला लोकांच्या पाहण्यात आला. अधिवेशन सुरू होण्याच्या आधीच संमेलनाचे स्वागताध्यक्ष शेट रतनचंद हिराचंद दोशी यांनी 'लोकशक्ती'चे वार्ताहर श्री. बापट यांना याबद्दल

खुलासा विचारला. त्यांनी 'या बाबतीत मी जबाबदार नाही', अशा अर्थाचं उत्तर दिलं. श्रोतृवंदाने 'अधिक खुलासा द्या', अशी जोराची मागणी केली. तेव्हा 'लोकशक्ती'चे श्री. बापट हे व्यासपीठावर आले आणि म्हणाले, की 'बातमी मी टेलिफोनवर सांगितली. ती लिहून घेताना संपादकांचा काही तरी गैरसमज झाला असावा, असं वाटतं. मी ती बातमी निराळ्या स्वरूपात सांगितली होती.' 'माझं या खुलाशानं समाधान होत नाही. आपणांकडून अधिक समाधानकारक खुलासा न झाल्यास नाइलाजानं आपणास बाहेर जाण्यास सांगावं लागेल' अशी स्वागताध्यक्षांनी श्री. बापट यांना सूचना केली. श्रोतृवर्गात 'लोकशक्ती'च्या बातमीदारांना बाहेर काढा अशी ओरड सुरू झाली, यानंतर ''या प्रकरणाबद्दल मी जाहीर माफी मागतो'', असे श्री. बापट यांनी म्हटले व या माफीमुळे हे अनपेक्षित रीतीने उठलेले वादळ ताबडतोब शांत झाले. व्यासपीठावर कोणास बसवावयाचे, याबद्दल कार्यकारी मंडळाने पहिल्यापासून दक्षता घेऊनही, वरील अप्रिय टीकाप्रकार घडून यावा, याबद्दल खरोखरच विषाद वाटतो.

या वेळी मी अध्यक्षीय खुर्चीत बसलो होतो, हा काय तो या प्रकरणातला माझा अपराध!

आमच्यातील टीकाकारांना — मग ते पत्रकार असोत अथवा साहित्यिक असोत — सत्याची पूजा मनापासून नको असते. कारण सत्य हे पुष्कळदा कल्पनेपेक्षा अधिक साधे, सौम्य आणि सोज्ज्वळ असते. सत्याची प्रवृत्ती वादळ उठविण्यापेक्षा ते शांत करण्याकडे आहे. पण पदोपदी प्रक्षोभावर जगायची सवय झालेल्यांना सत्याला आवडणारी ही गंभीर शांतता कशी रुचावी? आत्मवंचक अहंकाराच्या आहारी गेलेल्यांच्या अंगी उघड्या डोळ्यांनी कठोर आत्मपरीक्षण करण्याइतकं धैर्य कुठून यावं? येनकेन प्रकारे दुसऱ्याला मूर्ख ठरविण्यावरच स्वतःचा शहाणपणा अवलंबून आहे, या भ्रामक समजुतीने आकांडतांडव करीत सुटणारे कुठल्याही गोष्टीची दुसरी बाजू पाहण्याचा समंजसपणा कसा दाखवितील? सोलापूरच्या संमेलनात फॅसिझमविरुद्ध ठराव नापास झाला ना? ठीक आहे. खांडेकराला ठोकायला ही चांगली संधी आहे! हा ज्यांचा दृष्टिकोन, त्यांनी ठरावात फॅसिझमबरोबर साम्राज्यशाहीचा अंतर्भाव करा, ही लोकांची मागणी ठराव मांडणाऱ्यांनी मान्य न केल्यामुळे तो पडला, हे लक्षात घेण्याची जरुरी काय? सोलापूर संमेलनाविषयी वर्ष-सहा महिने 'शंख दध्मौ पृथक् पृथक्' हे वर्णन पूर्णपणे शोभेल, अशा रीतीने अत्रे आणि फडके यांनी एकमेकांची अंडीपिल्ली बाहेर काढण्याचा जो गलिच्छ सपाटा चालविला होता, त्याच्यामुळे कृष्णराव मराठ्यांचा सनातन ठराव तिथे पास झाला! अध्यक्षांच्या पुरोगामित्वावर किंवा प्रतिगामित्वावर त्या ठरावाचे यशापयश मुळीच अवलंबून नव्हते! पण त्या ठरावामुळे ज्यांच्या अंगाला खाजकुल्या लागल्या,

त्यांनी व त्यांच्या पुढ्यातल्या पंडितमान्यांनी यासंबंधी जे तारे तोडले, त्यांचा सत्याशी काय किंवा साहित्याशी काडीइतका संबंध असेल, तर शपथ!

४

असल्या काही कटू गोष्टींप्रमाणे त्या संमेलनाच्या वेळच्या अनेक लहानसहान गोड आठवणीही मला अजून आठवत आहेत. आम्ही कोल्हापूरची वीस- पंचवीस मंडळी बार्शी लाइट रेल्वेने संमेलनाला गेलो. श्रावणात मुली मंगळागौर जागवितात ना? तसा आम्ही साहित्यप्रेमी लोकांनी आमचा डबा त्या रात्री जागवला! डब्यातल्या इतर उतारुंनी त्या रात्री आम्हांला मनातल्या मनात काय म्हटले असेल, ते देव जाणे! मिरज ते कुर्डुवाडी यांच्या दरम्यान कुठल्या तरी एकाच स्टेशनावर चांगला चहा मिळण्याची शक्यता होती! त्या दिवशी गार्डाने मुद्दाम आमच्याकरिता तिथे गाडी अधिक वेळ थांबवून आपले साहित्यप्रेम व्यक्त केले.

त्या गार्डासारखीच दुसरी एक व्यक्ती माझ्या डोळ्यांपुढे आता उभी राहत आहे. ती म्हणजे सोलापूरचे कै. बसलिंगप्पा शेटे. बसलिंगप्पा संमेलनाच्या भोजन समितीचे अध्यक्ष होते. पाहुण्यांच्या सरबराईत कुठलेही वैगुण्य राहू नये, म्हणून ते घेत असलेली दक्षता पाहून, त्या वेळी मला मोठे नवल वाटले. एखाद्या सेनापतीप्रमाणे त्यांचा सारा कारभार मोठ्या शिस्तीत चालत असे. त्यांची ती भावपूर्ण आणि निरपेक्ष साहित्यसेवा माझ्या स्मरणातून कधीही जाणार नाही.

५

पण अशा आठवणींमुळेच मी इतका वेळ मनात दडपून ठेवलेले अनेक साहित्यविषयक प्रश्न आता उसळून वर येत आहेत. ते प्रश्न हे: साहित्यावर निरपेक्ष प्रेम करणारे लोक दिवसेंदिवस वाढत आहेत. त्यांच्या या वाढत्या प्रेमाला पात्र होण्याइतके आम्ही साहित्यिक जीवनाशी आणि आपल्या वाङ्मयाशी प्रामाणिक राहिलो आहोत काय? साहित्य ही मानवतेची मंगल पूजा आहे, या श्रद्धेने आम्ही वाङ्मय निर्माण करीत आहोत काय? प्रतिभा हा व्यक्तित्वाचा फुलोरा आहे, हे ध्यानात आणून आपला आत्मा अनुभूतीने संपन्न आणि तपस्येने सतेज कसा होईल, याचा मार्ग शोधून काढून, तो आपण चोखाळीत आहोत काय? सौंदर्याचा नवा नवा साक्षात्कार व्हायला कलावंताने मन ज्या उच्च संवेदनक्षम पातळीवर अहर्निश असावे लागते, ती साध्य होण्याकरिता आवश्यक असलेली अंतर्मुखता संपादन करण्याचे आपण काही अखंड प्रयत्न करीत आहोत काय?

तेरा

माझं सोलापूरचं भाषणही सहा वर्षांपूर्वीच्या असल्या प्रश्नांची उत्तर देण्याच्या धडपडीतून निर्माण झालं होतं. अजूनही तेच प्रश्न मला बेचैन करून सोडीत आहेत.

याचा अर्थ गेल्या सहा वर्षांत मराठीत चांगलं वाङ्मय निर्माण झालं नाही, असा मात्र मुळीच नाही. मराठीत वर्षाकाठी फक्त चार-दोन चांगली पुस्तकं निर्माण होतात, असे कुणी तरी पंडितांनी परवा उद्‌गार काढले म्हणे. याच्या उलट, आपलं वाङ्मय घोडदौडीने प्रगती करीत आहे, अशा समजुतीनं स्वत:ची पाठ थोपटून घेणारे विद्वानही मी पाहिले आहेत! पहिल्या पद्धतीचे टीकाकार भूतकालापेक्षा वर्तमानकाल नेहमीच वाईट असतो, असं मानून चालणाऱ्या चिंतातुर जंतूंच्या कोटीत पडतात. दुसऱ्या वर्गातले लोक खिशातल्या लॉटरीच्या तिकिटाच्या आधारावर अत्तराचे दिवे लावू पाहणाऱ्या माणसांच्या वर्गात मोडतात. सत्य म्हणजे, दोन अतिशयोक्तींचा सुवर्णमध्य होय, असं कुणी तरी म्हटलं आहे. त्याची मला या वेळी आठवण होते. आज महाराष्ट्रात साहित्याचे अठरा कारखाने मोठ्या जोमानं सुरू आहेत, असं कुणीच म्हणणार नाही. उलट, आज साहित्य-क्षेत्रात अठरा विश्वे दारिद्र्य आहे, असं म्हणून डोळ्याला पदर लावणे हेही मूर्खपणाचे आहे. 'कारागृहाच्या भिंती', 'वैष्णव', 'मोळी', उन्मेष', 'नवी मूल्यं', 'वाङ्मयातील वादस्थळे', इत्यादी वरच्या दर्जाची पुस्तकं अगदी अलीकडेच आपण वाचली नाहीत काय? तरुण कवींतले शुक्र आणि मंगळ – बोरकर व कुसुमाग्रज – काव्य क्षेत्रात आज पूर्ण तेजानं तळपत आहेत. त्यांच्या जोडीला अनेक नवे तारेही चमकू लागले आहेत. मराठी लघुकथा काळानुरूप नवं वळण घेत असून कुसुमावती देशपांडे, अरविंद गोखले, पु. भा. भावे, गंगाधर गाडगीळ, इत्यादिकांच्या कथांतून वैशिष्ट्यपूर्ण अनुभूतींचा रमणीय आविष्कार होत आहे. वा. ल. कुलकर्णी आणि क्षीरसागर यांच्यासारखे व्यासंगी लेखक टीकेची जुनी चाकोरी सोडून, नवा मार्ग चोखाळीत आहेत. साहित्य-वृक्षावरला हा सर्व मोहर पाहून ज्याचे अंतःकरण प्रफुल्लीत होत नाही आणि नव्या वासंतिक वैभवाची ती प्रसादचिन्हे आहेत, हे ज्याला पटत नाही, तो मुलखाचा अरसिक असला पाहिजे, असं मला वाटतं!

मात्र माट्यांपासून मोकाशींपर्यंतचे जे जुने-नवे लेखक आज साहित्यक्षेत्रात चमकत आहेत, त्यांच्या विशिष्ट गुणांचा चाहता असूनही सौंदर्य, सामर्थ्य व साधुत्व यांची पूजा करणारं माझं मन अजून असंतुष्ट आहे, हे मी नाकबूल करू शकत नाही. आजच्या साहित्यातल्या व साहित्यकारांतल्या अनेक उणिवा मला तीव्रतेनं जाणवतात — कधी-कधी त्या शल्याप्रमाणेच मनात सलू लागतात. आजच्या काळात साहित्य-सेवा ही प्रतिभावंतांची केवळ बौद्धिक क्रीडा होऊ शकत नाही, ते त्यांचं पवित्र व्रत झालं पाहिजे, असं मला राहून-राहून वाटतं. पण...

एक नुकतीच घडलेली सत्यकथा सांगतो, म्हणजे माझ्या असंतोषाचं एक

कारण स्पष्ट होईल.

तरुण पिढीतल्या एका व्यासंगी टीकाकारांनी एका सुप्रसिद्ध वृत्तपत्राकडे आपलं पुस्तक अभिप्रायाकरिता पाठवलं.

काही दिवसांनी त्या वृत्तपत्राच्या कचेरीवरून जाण्याचा योग त्यांना आला. त्या टीकाकारांना वाटलं, आपण आत जावं आणि सदरहू वृत्तपत्राचे विद्वान संपादक आपल्या पुस्तकासंबंधी काय म्हणतात, याची सहज चौकशी करावी.

देशभक्तीचं यज्ञकुंड या वृत्तपत्राच्या कचेरीत अष्टौप्रहर पेटलेलं असतं, असं त्या टीकाकारांनी अनेकदा ऐकलं होतं. म्हणून भीतभीतच त्यांनी त्या पवित्र मंदिरात पाऊल टाकलं. आगामी क्रांतीच्या त्या महायज्ञाचे मुख्य ऋत्विज खुर्चीत अस्ताव्यस्त पसरलेले त्यांना दिसले. नमस्कार-चमत्कार झाल्यावर दोघांचं संभाषण सुरू झालं!

'काय, कुणीकडे आलात आज?

'नाही म्हटलं, तुमच्याकडं...'

'आमच्याकडं काय काम आहे बुवा तुमचं?'

'माझं एक नवं पुस्तक प्रसिद्ध झालंय ...

'अस्सं! पाठवा ना अभिप्रायाला आमच्याकडं. असं फर्मास परीक्षण !
करतो, म्हणता!'

'ते पाठवून पुष्कळ दिवस झाले. तेव्हा म्हटलं, तुमचं त्याच्याविषयीचं मत....'

'माझं मत? अहो, तुमचं पुस्तक प्रसिद्ध झालंय, हेच जिथं मला ठाऊक नाही, तिथं... अरे राम्या, गोम्या सोम्या...'

संपादक महाराज नोकरांमार्फत कुणा तरी उपसंपादकाला बोलावून आणतात व त्यांच्याकडे सदरहू पुस्तक आपल्याकडे आले आहे किंवा काय याची चौकशी करू लागतात. उपसंपादक प्रथम कानांवर हात ठेवतो, पण साहेबांच्या नजरेकडे त्याचे लक्ष जाताच तो आत जातो व तिथल्या पुस्तकांच्या गठ्यांचे संशोधन करून विजयी मुद्रेनं टीकाकाराचा ग्रंथ हातांत घेऊन बाहेर येतो.

तो ग्रंथ पाहताच टीकाकाराला जरा बरं वाटतं. तो विनयानं संपादक महाराजांना म्हणतो,

'केव्हा वाचून होईल हे आपलं? म्हणजे त्या बेतानं मी पुन्हा...

'पुन्हा येण्याची तसदी कशाला घेता उगीच? मी आहे आपला फटकळ मनुष्य. म्हणून जरा स्पष्ट बोलतो. क्षमा करा हं. अहो, तुमची ही पुस्तकं वाचायला इथं फुरसद आहे कुणा लेकाला? तिकडे सारा देश शंख करतोय नि तुम्ही इकडे टीका खरडत बसलाय! तिकडे नौखालीत काय हा हाहाकार चाललाय! महाराजा, जीनांनी पाकिस्तानाचं केवढं मोठं कारस्थान रचलंय, ते पाहिलंत ना? महात्मा गांधी,

एकला चलो रे, असे म्हणत बंगालमध्ये पायी यात्रा करीत आहेत... पुढल्या अग्रलेखात वैदिक धर्माच्या पुनरुत्थानाकरता साऱ्या भरतखंडात परिभ्रमण करणाऱ्या शंकराचार्यांशीच त्यांची तुलना करणार आहे मी...'

संपादकांना मध्येच धूम्रपान करण्याची लहर येते. आतापर्यंत धूम्रपानाविरुद्ध असलेल्या टीकाकारांचे त्या बाबतीबद्दलचे मत एकदम बदलते. आज सिगारेट आपल्या साहाय्याला धावून आली नसती, तर संपादकांचा पुढला सारा अग्रलेख त्यांच्या साग्रसंगीत मल्लीनाथीसह आपल्याला ऐकून घ्यावा लागला असता. हे त्यांना कबूल करावेच लागते; सिगारेटचे मनातल्या मनात आभार मानून, तो बिचारा सुटकेचा नि:श्वास सोडतो व हळूच विचारतो,

'मग माझ्या पुस्तकावर तुमच्या वर्तमानपत्रात अभिप्राय येणे शक्य नाही...'

मोठमोठ्याने हसत संपादक उत्तरतात,

'अगदी मास्तर आहात बुवा तुम्ही! अहो, कुठलंही पुस्तक न वाचताच तिच्यावर आम्ही अभिप्राय देऊ शकतो. ते उत्तम अगर भिकार ठरविणं हा आमचा तळहाताचा मळ आहे. असे आ काय वासता? एखादे पान उघडायचे, त्यातली चार वाक्ये वाचायची नि तेवढ्या आधारावर लेखकाला यथेच्छ ठोकायचं!'

बिचारा टीकाकार हतबुद्ध होऊन त्या पवित्र मंदिरातून बाहेर पडला.

साहित्यक्षेत्रात श्रेष्ठ मानली जाणारी अनेक माणसे आज अशा प्रकारच्या बेजबाबदार वृत्तीने वागत आहेत. हे महापंडित वाङ्मयावर लांबलचक व्याख्याने देतात, वेळी अवेळी साहित्यविषयक चर्चा करतात आणि आपले वाचन अद्ययावत आहे, असा नेहमी आव आणतात, पण त्यांचे हे वाङ्मय-प्रेम म्हणजे केवळ स्वत:च्या मोठेपणाचे प्रदर्शन असते. विद्वत्ता, रसिकता, चिकित्सा, परिश्रम, इत्यादिकांना या मिरासदारांच्या मिरवणुकीत सहसा स्थान असत नाही. त्यांचा सारा धंदा जुन्या भांडवलावर चाललेला असतो. काळवेळ पाहून स्वत:ची टोपी बदलणे आणि वेळी अवेळी आपल्या प्रतिस्पर्ध्यांच्या टोप्या उडविणे या माकडचेष्टांत आमच्या अनेक मोठ्या लेखकांचा इतका वेळ जातो, की...

असे का घडते? ही बुद्धिमान माणसे अशी बेजबाबदार का होतात?

मला तरी याचे एकच उत्तर सुचते - अहंकार. हा कलावंतांचा सर्वांत मोठा शत्रू आहे, हे आम्ही विसरत चाललो आहोत. जनसेवा आणि ईश्वरभक्ती यांच्याप्रमाणे साहित्योपासना ही सुद्धा एक प्रकारची साधना आहे, याचा विसर पडला की, इतर धंदेवाईकांप्रमाणे कलावंतही व्यावहारिक मूल्यांनी आपल्या निर्मितीचे मोजमाप करू लागतो. पण कलेची मूल्ये मूलत: आत्मिक (Spiritual) आहेत. कलावंतालाही दुपारी भाकरी लागते, हे खरे! पण खरा कलाकार त्या भाकरीकरता स्वत:च्या आत्म्याशी कधीही प्रतारणा करणार नाही. आपल्या तत्त्वनिष्ठेपासून तो विचलित

झाला की, लगेच त्याचा अध:पात सुरू होतो. पैसा, प्रतिष्ठा, शरीरसुख, इत्यादी मूल्यांची किंमत व्यवहारात पुष्कळ असेल! नव्हे, आहे. पण धर्माप्रमाणे कलेच्या क्षेत्रातही माणसाचा आत्मा — त्याचे विकासशील व्यक्तित्व हीच सर्वांत महत्त्वाची गोष्ट आहे. कलेचे सौंदर्य हा अभिसारिकेचा शृंगार नाही; तो सतीचा शृंगार आहे.

पण नेमकं याच गोष्टीकडं आम्हां साहित्यिकांचं अजूनही दुर्लक्ष होत आहे, असं मला वाटतं. स्टीफन झ्वाइगच्या 'द वर्ल्ड ऑफ यस्टरडे' या आत्मचरित्रात एक साधा प्रसंग आहे. पण मला तो फार महत्त्वाचा नि मार्गदर्शक वाटतो.

एके दिवशी झ्वाइग सकाळपासून दुपारपर्यंत आपल्या अभ्यासिकेत बसून राहिला होता. तो दुपारी जेवायला खोलीबाहेर आला, तेव्हा त्याच्या आनंदी मुद्रेकडे पाहून, आज स्वारीच्या हातून मोठे सुंदर लेखन झाले असावे, असा त्याच्या पत्नीने तर्क केला.

तिने त्याला हसत विचारले, त्यानेही हसतच उत्तर दिले,

'माझ्या एका हस्तलिखितातल्या एका परिच्छेदाची लांबी कशी कमी करावी, या विवंचनेत मी पुष्कळ दिवस होतो. अगदी थोडक्यात, पण सुंदर रीतीने मला तो सर्व भाव व्यक्त व्हायला हवा होता. पहिल्या लेखनात ते माझ्या मनासारखे साधले नव्हते. आज ते छान जमले!'

आपल्या साहित्याच्या बाह्य सोडा, पण आंतरिक सौंदर्याकडे तरी जागरूक दृष्टीने पाहणारे लेखक आपल्यांत कितीसे आहेत?

आम्ही बहुतेकांनी झटपट रंगाऱ्याची दुकाने उघडली आहेत, हे सिद्ध करायला बडेबडे टीकाकार हवेत कशाला? एकाच चित्रात अनेक महिने रंगून जाणाऱ्या चित्रकाराची सूक्ष्म सौंदर्यदृष्टी जशी आमच्यापाशी नाही, तशी कलेच्या उपासनेला आवश्यक असणारी सहनशीलताही आमच्या अंगी नाही. एखादी बरीशी कल्पना सुचली रे सुचली (ती बरी असते, याचा अर्थ ती नवीन किंवा वैशिष्ट्यपूर्ण असते, असा मुळीच नाही) की, तत्काळ तिची कथा-नाटक-कादंबरी बनवायचा मोह आम्हांला वेडे करून सोडतो. मग कलाकृती अशी उत्कृष्ट हुकमेहुकूम कधीच तयार होत नाही. हे लक्षात कोण घेतो? सत्कवी स्वत:ला स्फुरलेल्या सुंदर भावगीताची पहिली तीन-चार कडवी चार घटकांत लिहून जाईल. पण शेवटच्या उरलेल्या एका कडव्यासाठी कदाचित त्याला महिना-महिना तळमळावे लागेल — स्वत:वर रात्रंदिवस चडफडावे लागेल; पुन:पुन्हा धडपडावे लागेल. ही तळमळ, चडफड आणि धडपड आपल्यांत अजून दुर्मीळ आहे हे माझे खरे दु:ख आहे.

बाजारी वाङ्मय आणि यांत्रिक वाङ्मय हे अभिजात साहित्याचे सध्याचे दोन मोठे शत्रू आहेत. नियतकालिकं हा चालू युगातला चार पैसे मिळविण्याचा धंदा झाल्यामुळे त्याचे चालक मोठी ध्येयं आणि उच्च वाङ्मय यांच्या पाठीमागे

लागण्याच्या फंदात सहसा पडत नाहीत. त्यांना ठरलेल्या वेळी थोडक्या पैशात बाजारात खपणाऱ्या मालाचा पुरवठा करणारे लेखक अधिक प्रिय असतात. अशा लेखकांत आरंभी प्रतिभेचं स्फुलिंग नसते, असं नाही पण ते नित्य निर्वाण होणाऱ्या राखेच्या ढिगाऱ्याखाली कालांतराने विझून जाते. बहुसंख्य सामान्य वाचकांची सामान्य रीतीने करमणूक करणं हे धंदेवाईक नियतकालिकांचं सामान्य ध्येय असल्यामुळे वाङ्मयातल्या असामान्यतेला उत्तेजन देण्याइतकी त्यांची रसिकता डोळस राहू शकत नाही. त्यामुळे चांगले-चांगले लेखक पुढे-पुढे चाकोरीतून जाऊ लागतात. ते सवयीचे गुलाम होतात. आविष्कारापेक्षा अनुकरण सुलभ असल्यामुळे प्रसिद्ध परदेशी ग्रंथकारांचे आदर्श ते हळूहळू हरघडी डोळ्यांपुढे ठेवतात. साहजिकच नकली वाङ्मयाची पैदास विपुल होऊ लागते. या सर्वांचे पर्यवसान निर्मितीच्या (creation) मूलतत्त्वाकडे दुर्लक्ष होऊन, रचनेला (Construction) प्राधान्य देण्यात होते. ग्रामोफोन, रेडिओ व चित्रपट यांच्यासाठी निर्माण होणारे बरेचसे यांत्रिक वाङ्मय आपल्याला निर्जीव वाटते, याचे कारण हेच आहे.

साहित्याचे खरे सौंदर्य प्रतिभावंताच्या जीवनविषयक उत्कट अनुभूतीत, सूक्ष्म अवलोकनात, दीर्घ चिंतनात आणि या तिन्हींच्या मिलाफाने रंगत- रंगत केलेल्या स्वच्छंद आविष्कारात असते. वेलीवर फुललेल्या फुलांप्रमाणे अशा रीतीने निर्माण झालेल्या साहित्यात जो अपूर्व सुगंध दरवळत असतो, तो कात्रीने कापलेल्या आणि अत्तराच्या ओझरत्या स्पर्शाने सुगंधित केलेल्या कागदी फुलांत कुठून असणार?

सजीव आणि सुंदर साहित्य निर्माण करायला लेखकाचे संस्कारी व्यक्तित्व प्रभावी आणि विकासशील असायला हवे. 'प्रौढत्वी निज शैशवास जपणे बाणा कवीचा असे' हे केशवसुतांचे उद्‌गार तपस्वी कलावंतच सार्थ करू शकतो. इतरांची वाढत्या वयाबरोबर नवी-नवी सुंदर स्वप्ने पाहायची शक्ती मावळू लागते. तारुण्यातल्या कल्पनारम्यतेचा जागी वास्तवाशी विमुख नसलेली काव्यात्मता निर्माण झाली, तरच प्रौढपणी कलावंताची प्रगती होत राहते. पण ही काव्यात्मता वृत्तीत रुजणे आणि फुलणे ही काही सोपी गोष्ट नाही. कलावंत अनिर्बंध असला पाहिजे, असे म्हणत – म्हणत – विविध भोगांच्या आवर्तात भ्रमण करीत राहणाऱ्याच्या वाऱ्याला ती जशी उभी राहत नाही, तशी कर्तव्यनिष्ठेने कौटुंबिक वृत्ती अंगी बाणवून आयुष्याच्या संकुचित चाकोरीतून जाणाऱ्यांच्या हातालाही ती लागत नाही. जगाच्या भाऊगर्दीत मिसळूनही स्वत्व न विसरणारा, जीवनाच्या पेल्यातले विष हे अमृताइतकेच स्वागतार्ह आहे, या अनुभवसिद्ध तत्त्वावरची श्रद्धा कधीही न ढळू देणारा, वाङ्मय म्हणजे एका विकासशील व्यक्तीच्या आत्म्याचे मानवतेच्या विशाल आत्म्याशी चिरंतन जीवनमूल्याविषयी होणारे संभाषण आहे, या भावनेने आत्माविष्कार करायला प्रवृत्त होणाऱ्या श्रेष्ठ लेखकाचे आणखी असे पुष्कळ वर्णन करता येईल. पण समोर

बादली ठेवून आणि हातांत 'पोहावे कसे?' हे पुस्तक घेऊन ज्याप्रमाणे कुणी पट्टीचा पोहणारा होत नाही, त्याप्रमाणे असली वर्णनं वाचून काही कुणी पहिल्या प्रतीचा प्रामाणिक आणि प्रतिभाशाली लेखक बनत नाही.

बुद्धी आणि भावना यांची थोडी-फार देणगी निसर्गानं दिलेली असली तरी पहिलवान ज्याप्रमाणे दररोज मेहनत करून शरीरसंपदा कमावतो, त्याप्रमाणे आपल्याला अनेक कलागुण विकसित करायचे आहेत, या भावनेनं आमच्यापैकी कितीसे साहित्यिक लेखन करतात? मोगऱ्याच्या वेलीला गुलाबाची फुले येत आहेत, हे लक्षात आणून आपल्या प्रतिभेच्या प्रकृतिधर्माकडे आणि त्याच्या नैसर्गिक विकासाकडे कितीसे कलावंत लक्ष देतात? काही-काही वाङ्मयगुण कष्टसाध्य असले, तरी प्रतिभावंताच्या दृष्टिकोनातून झालेलं अपूर्व जीवनदर्शन हा जो साहित्यकलेचा आत्मा, त्याचा साक्षात्कार केवळ परिश्रमाने कधीच होत नाही. त्याकरिता लेखकाचं आंतरिक जीवनच सामान्य माणसापेक्षा निराळ्या पातळीवर असायला हवे — ते अधिक पवित्र प्रामाणिक, आणि प्रगतिशील होण्याच्या मार्गावर असायला हवं!

साहित्यिकाने जगावर आईप्रमाणे प्रेम केलं पाहिजे; पण त्याच वेळी त्या जगाचा कठोर टीकाकार होण्याइतकी अलिप्तताही त्याच्या अंगी यायला हवी. एखाद्या सुंदर कल्पनेची कळी फुलविण्याकरिता प्रहरभर तिची मनधरणी करण्यात तो जसा चतुर असला पाहिजे, त्याप्रमाणे रस्त्यावरल्या एखाद्या निरपराधी अर्भकाला भोसकून पुढे जाणाऱ्या गुंडाच्या मनाचे धागेदोरे नाजूक हाताने उलगडण्याचं सामर्थ्यही त्याच्या अंगी असायला हवं!

अशा प्रयत्नात प्रतिभेच्या दुर्बळतेमुळे प्रसंगी अपेश आलं, तरी ते खऱ्या कलावंताला भूषणावहच वाटेल. शारीरिक सुखापेक्षा आत्म्याचे दुःख जसं जीवनाच्या विकासाला उपकारक होतं, त्याप्रमाणे असलं अपेशसुद्धा साहित्याचा दर्जा उंच करू शकतं, इतकंच नव्हे, तर ते अंती समाजावर सुसंस्कार करायलाही समर्थ ठरतं. साहित्यसेवेचा हा मार्ग अत्यंत कठीण आहे, हे कोण नाकबूल करील? पण भवभूति आणि शेक्सपीअर, व्हिक्टर ह्यूगो आणि टॉलस्टॉय, तुकाराम आणि आगरकर, हरिभाऊ आपटे आणि गडकरी याच मार्गाने गेले आहेत, हे ठाऊक असूनही आजचे अनेक प्रमुख मराठी साहित्यिक त्याच्याविषयी उदासीन आहेत! माझ्या असंतोषाचे कारण हे आहे.

कदाचित हा असंतोष आत्मपरीक्षणातून उद्‌भवला असेल! नाही कुणी म्हणावे?

वि. स. खांडेकर

शाहुपुरी,
कोल्हापूर
१२.२.४७

अनुक्रम

मित्रहो,

महाराष्ट्र साहित्य संमेलनाच्या या पंचविसाव्या अधिवेशनाचे अध्यक्षस्थान मला देऊन आपण माझ्याविषयी जे प्रेम व्यक्त केलं आहे, त्याबद्दल मी आपला अत्यंत ऋणी आहे. जगात एकच ऋण असं असतं की, जो-जो ते वाढत जाते, तो-तो त्याचा भार वाहणाऱ्या मनुष्याला अधिकच आनंद होत जातो. हे ऋण म्हणजे प्रेम होय. आपल्या या वाढत्या ऋणाला पात्र ठरण्याचा मी मन:पूर्वक प्रयत्न करीन एवढे आश्वासन मी आपणाला देतो.

आज आपल्यापुढे संमेलनाचा अध्यक्ष म्हणून उभा राहताना माझ्या डोळ्यांपुढे एकवीस वर्षांपूर्वीचे एक चित्र उभं राहत आहे. ते चित्र पाहून मला वाटतं, दैवालासुद्धा कादंबरीकाराप्रमाणे योगायोगाची फार आवड असते. नाहीतर, ज्या एका साध्या वैयक्तिक प्रसंगाची आठवण मी आपल्याला सांगणार आहे, तो बारा एप्रिल दिवशीच का घडला असता?

महाराष्ट्र साहित्य संमेलन
रौप्य-महोत्सव अधिवेशन
सोलापूर.

१२ एप्रिल १९२० या दिवशी नुकतीच विशी उलटलेला एक उंच हडकुळा मुलगा याच वेळी सावंतवाडीहून शिरोड्याला जाणाऱ्या रस्त्याने चालला होता. त्याच्या डोळ्यांवर जाड काचांचा चष्मा होता आणि हातातल्या पिशवीत 'केशवसुतांची कविता' होती. चालताना भोवतालच्या काजूच्या झाडांवर पिकलेले तांबडे-पिवळे सुंदर बोंडू त्याला दिसत होते, मधूनमधून रानफुलांचा सुगंध त्याला उल्लसित करीत होता, दूर दिसणारे उंच-उंच माड त्याचं लक्ष वेधून घेत होते; पण त्याचे पाय जसे धुळीनं भरून गेले होते, त्याप्रमाणे त्याचे मनही विचारांनी गोंधळून गेलं होतं. कुठल्याही रम्य दृश्यात ते फार वेळ रंगून जाईना. ते एकसारखं म्हणत होतं, आपण त्या लहानशा खेड्यातल्या शाळेत मास्तर व्हायला जात आहोत. आयुष्यातले

राजरस्ते सोडून न मळलेल्या पाऊलवाटेनं जाण्याची आपली ही लहर वेडेपणाची तर ठरणार नाही ना? चिमुकल्या जलाशयात मोठ्या माशाचा कोंडमारा व्हावा, तशी या खेड्यात आपल्या कर्तृत्वाची कुचंबणा तर नाही ना होणार? ही न मळलेली पाऊलवाट सुंदर वनश्रीनं नटलेल्या गिरिशिखराकडे जात असेल की, एखाद्या खोल दरीच्या तोंडाशी जाऊन पोचत असेल?

जगातले सर्व कूटप्रश्न सोडविण्याला काळच समर्थ असतो. त्याने त्या वेळच्या माझ्या या सर्व प्रश्नांची उत्तरे आज स्पष्टपणे दिली आहेत. शिरोड्यासारख्या खेड्यात जाऊन माझ्यासारख्या सामान्य मनुष्याच्या जीवनाचा अथवा कर्तृत्वाचा संकोच झाला नाही, उलट विकासच झाला. मी त्या खेड्यात शिक्षक म्हणून गेलो खरा; पण लवकरच मला एक गोष्ट कळून चुकली – शाळेच्या चार भिंतींच्या आत मी शिक्षक असलो तरी त्या भिंतीबाहेरच्या विशाल आणि विलक्षण जगाच्या पायाशी बसून मला अनेक गोष्टी अजून शिकावयाच्या आहेत. बालपणी शहरात वावरलेल्या माझ्यासारख्या मध्यमवर्गातल्या पांढरपेशाचं जीवन पडद्यातल्या स्त्रीप्रमाणे संकुचित झालेलं असतं. माझ्या डोळ्यांवरला हा कृत्रिम जाड पडदा झिरझिरीत करायला आणि ललितवाङ्मयाचा उगम बुद्धीच्या बहुविध चमत्कारांपेक्षा भावनांच्या सखोल अनुभूतीत आहे, वाङ्मयाची मोहिनी जीवनाच्या एखाद्याच पैलूच्या सौंदर्यापेक्षा त्याच्या विविध पैलूंच्या वैचित्र्यात आहे या कल्पना मला पटवून द्यायला शिरोड्याने फार मदत केली आहे. एकवीस वर्षांपूर्वी मी शिरोड्याला गेलो नसतो तर तात्यासाहेब कोल्हटकरांसारख्या अलौकिक वाङ्मयगुरूचा लाभ होऊनही माझे लिखाण सध्यापेक्षा अधिक कृत्रिम आणि अधिक निर्जीव राहिले असते आणि आज आपल्यापुढे उभे राहून बोलण्याची ही आनंददायक संधीही मला मिळाली नसती.

या एकवीस वर्षांत मराठी वाङ्मयाच्या काही-काही भागांनी आश्चर्य वाटावे इतकी प्रगती केली आहे. गेल्या दीड-दोन तपांतच लघुकथा, लघुनिबंध व बोलपट हे तीन मोहक वाङ्मयप्रकार मराठीत दृढमूल झाले. आज फळं, फुलं व छाया देणारे हे तीन वृक्ष उद्याच्या मराठी साहित्य-क्षेत्रातले कल्पवृक्ष होतील. कादंबरीच्या क्षेत्रात हरिभाऊ आपट्यांच्या प्रतिभेचे चांदणे अद्यापि रेंगाळत असले तरी फडके, वरेरकर, देशपांडे, माडखोलकर प्रभृती अनेक तेजस्वी तारे या काळातच आपल्या स्वयंभू तेजाने चमकू लागले. या कालखंडाच्या उत्तरार्धात नाट्यकलेची प्रकृती क्षय झाल्याप्रमाणे ढासळू लागली हे खरे पण वरेरकरांसारख्या वैद्यराजांनी आपल्या आसवांनी व अरिष्टांनी आणि अत्र्यांसारख्या डॉक्टरांनी आपल्या हास्यरसाच्या प्राणवायूने तिला जगविण्याचा जो प्रयत्न केला त्याचे मराठी रसिकांना कधीही विस्मरण होणार नाही. या वैद्य-डॉक्टरांच्या खटपटीनेसुद्धा तिला गुण आला नाही हे खरे, पण जिथे रोग्याची अपथ्येच विलक्षण तिथे धन्वंतरी खाली उतरला तरी त्यालासुद्धा हात

हलवीतच स्वर्गाचा रस्ता सुधारावा लागतो.

एखाद्या नगराचे विमानातून निरीक्षण केले म्हणजे त्याच्यातल्या मोठ्या-मोठ्या प्रेक्षणीय गोष्टी चटकन नजरेत भरतात. त्या दृष्टीने गेल्या वीस वर्षांतल्या मराठी वाङ्मयाकडे पाहिल्यास रविकिरण मंडळाचे काव्य, ज्ञानकोश आणि त्याच्या पावलावर पाऊल ठेवून प्रगतीचा मार्ग आक्रमणारे अनेक कोश, 'टिळक-चरित्र', 'प्रतिभा-साधन', 'आधुनिक भारत', 'स्मृतिचित्रे', 'छंदोरचना' यांच्यासारखे कितीतरी वैशिष्ट्यपूर्ण ग्रंथ, दरमहा वीस-पंचवीस हजार घरात आणि तीन-साडेतीन लाख मनात प्रवेश करणारे किर्लोस्कर मासिक, दैनिक व साप्ताहिक वृत्तपत्रांची सर्व दृष्टींनी झालेली आश्चर्यकारक वाढ इत्यादी गोष्टी आपले लक्ष वेधून घेतात. ललित वाङ्मयातल्या कर्तृत्वामुळे ज्यांना आज घरोघर लोकप्रियता मिळाली आहे, अशी वीस-पंचवीस ठळक नावं सोडून दिली तरी प्रो. कृ. पां. कुलकर्णी, प्रो. शेजवलकर, प्रो. न. र. फाटक, जावडेकर, प्रो. माटे, प्रो. द. के. केळकर, प्रो. बनहट्टी, वा. ना. देशपांडे, पां. वा. गाडगीळ, बावडेकर, क्षीरसागर वगैरे अनेक नामांकित लेखकांनी या काळातले साहित्य समृद्ध केले आहे. इतकंच नव्हे, तर विविध क्षेत्रांत नवी-नवी नावेही आपणांला अत्यंत आकर्षक वाटू लागली आहेत. बेडेकर, कवठेकर, 'पाणकळा'कार दिघे, चोरघडे, कुसुमाग्रज, प्रो. आंबेकर, शेष, बोरकर इत्यादिकांच्या गेल्या चार-पाच वर्षांत प्रकाशित झालेल्या कृतींत जी चमक दिसून येते ती मराठीची उज्ज्वल परंपरा अखंड चालणार आहे अशी जणूकाही महाराष्ट्राला साक्षच देत आहे.

या वर्णनावरून आजचे मराठी वाङ्मय घोडदौडीने प्रगती करीत आहे, असाच कुणीही निष्कर्ष काढील. आजच्या आमच्या वाङ्मयात घोडदौड आहे यात शंकाच नाही. या घोडदौडीतले घोडे जसे उमदे आहेत तसे त्यांच्यावर बसलेल्या सैनिकांचे पोषाखही फार सुंदर आहेत नि ते गात असलेली गाणी तर फार-फार गोड आहेत. या साऱ्या सरंजामात एकच उणीव आहे – या सैनिकांपैकी बहुतेकांच्या हातांत तरवारी नाहीत, अलगुजे आहेत.

गेल्या वीस वर्षांतल्या मराठी वाङ्मयाला भाषासौंदर्य, कलाविलास, तंत्रशुद्धता इत्यादी वाङ्मयीन मूल्यांची कसोटी लावली तर कट्टर टीकाकारालाही मुक्तकंठाने त्याची स्तुतीच करावी लागेल पण यापेक्षा अधिक खोल जाऊन आपण पाहू लागलो, तर आजच्या ललितवाङ्मयाचे सौंदर्य अद्ययावत वेषभूषा व केशभूषा केलेल्या एखाद्या फिक्कट तरुणीच्या सौंदर्यासारखे आहे असे आढळून येईल. या पिढीने फडके व माडखोलकर हे दोन असामान्य भाषाप्रभू निर्माण केले हे कोण अमान्य करील? एवढेच नव्हे, तर आजकाल कॉलेजांत असलेले होतकरू लेखकही किंचित अशुद्ध पण नादमधुर व सफाईदार भाषा लिहितात याचं कोणाला कौतुक वाटणार नाही? पण आकर्षक भाषेचं हे आवरण दूर करून आपण या उद्याच्या

लेखकांच्या वाङ्मयनिर्मितीकडे वळलो तर तिथे काय दिसून येते? निर्जीव नकला, आंधळे अनुकरण, लेखन हा एक सुंदर शाब्दिक खेळ आहे या कल्पनेवर उभारलेले हवेतले मनोरे! गेल्या वीस वर्षांत आपलं राजकारण असहकारितेपासून समाजवादापर्यंत – निदान गांधीवादावर समाजवादाचे कलम करता येईल की नाही या कल्पनेपर्यंत – आले आहे; पण आमच्या आजच्या साप्ताहिकांना वैयक्तिक उखाळ्यापाखाळ्या आणि तालतंत्र सोडलेली विडंबने यांची जशी चटक आहे, तशी विविध राजकीय कल्पना प्रामाणिकपणे बहुजन समाजापर्यंत नेऊन पोचविण्याची तळमळ कुठे आहे? ज्योतिष आणि चित्रपट हीच जिथं अनेक नियतकालिकांची आराध्यदैवतं झाली आहेत तिथं प्रक्षोभक विचारसरणी आणि उद्‌बोधक मार्गदर्शन यांची अपेक्षा करायची तरी कुणापासून? सुवासिक फुलांच्या अपेक्षेनं कागदी फुलं हुंगावीत आणि निराश होऊन ती दूर फेकावीत तशी आजकालच्या अनेक नियतकालिकांच्या वाचकांची स्थिती होत असते. या फुलांना चुकून कोणीतरी अत्तर लावलं असेल या आशेने ती हुंगून पाहणाऱ्यांची तर अनेकदा फटफजितीच होते; कारण, रॉकेल हे अत्तराहूनही अधिक सुगंधी असतं, असा याबाबतीत चालू काळातला शिष्टसंमत संकेत होऊ पाहत आहे.

नियतकालिकांहूनही लोकांना अधिक आकर्षक वाटणारा बोलपट हा वाङ्मयप्रकार पाहिला तरी हाच अनुभव येईल. या क्षेत्रात 'तुकाराम' देणारे फत्तेलाल-दामले, 'धर्मात्मा' 'कुंकू' व 'माणूस' निर्माण करणारे शांताराम आणि 'छाया' व 'ब्रह्मचारी' काढणारे विनायक यांच्यासारखे कुशल दिग्दर्शक आहेत; पण असं असूनही गेल्या पाच वर्षांत सर्वसाधारण बोलपट म्हणजे उत्तान किंवा उथळ प्रेमकथा, बोलपट म्हणजे सुंदर नटीने गायिलेली त्याच त्याच शब्दांची गोड गाणी, बोलपट म्हणजे भडक प्रसंग आणि पांचट विनोद यांनी भरलेली एक अस्वाभाविक गोष्ट या किंवा अशाच प्रकारच्या समजुती वरच्या दर्जाच्या प्रेक्षकांत का रूढ व्हाव्यात? चिपळूणकर-आगरकरांच्यापासून केळकर-जोशी यांच्यापर्यंत नि:स्पृह टीकाकारांची परंपरा ज्या महाराष्ट्रात अखंड चालत आली त्या महाराष्ट्रात आजच उत्कृष्ट टीकाकारांचा दुष्काळ पडावा हे कशाचे लक्षण आहे? एका मोठ्या लेखकाने उठून दुसऱ्या मोठ्या लेखकाला अभिनव साहित्यसम्राट बनवावे आणि त्या दुसऱ्या लेखकाने पहिल्याचे ऋण ताबडतोब फेडण्याकरिता थोडेफार शिकलेल्या लोकांनासुद्धा समजायला कठीण अशा त्याच्या लेखनाचा बहुजन समाजाचं वाङ्मय म्हणून गौरव करावा हे कशाचं द्योतक आहे? सरस्वतीच्या दरबारात भाट आणि मारेकरी या दोघांनाही जागा नाही हे न कळण्याइतकी आमच्या बुद्धीला बधिरता का यावी? श्यामा, चोरघडे आणि मांजरेकर यांच्यासारख्या कुशल कथालेखकांचे जिथे अनाहूत कौतुक केलं जात नाही, कुसुमाग्रज आणि बोरकर यांच्यासारख्या प्रतिभावान कवींना जिथे कोपऱ्यात

उपेक्षित स्थितीत पडून राहावे लागते, तिथे विविध अभिजात वाङ्मयाचा निर्दोष व मोहक विलास विपुलतेने आढळू नये यात अस्वाभाविक असं काहीच नाही. ज्या तळ्यात पाणी आटत जाऊन जवळजवळ चिखलच राहिलेला असतो तिथे कमळंही कमी फुलतात, हा सृष्टीचा नियम वाङ्मयालाही लागू आहे.

माझ्या या विधानात कित्येकांना सात्त्विक संताप दिसेल, ते ऐकून कित्येकांचा आतला आवाज 'म्हातारा'-'म्हातारा' असा कौल देऊ लागेल, कित्येकांना अकारण बॉंबगोळे टाकून गडबड उडवून देणारी आत्मपूजक मनोवृत्तीच यात आढळेल, कित्येकांना मी घाबरटपणाने अतिशयोक्तीची अतिशयोक्ती करीत आहे असा भास होईल; पण माझी खातरी आहे की, आपण शांतपणाने व सूक्ष्म दृष्टीने सरस्वती मंदिरातल्या काही दालनांत हिंडून आलात, आजकाल त्यांची सजावट कशी केली जात आहे हे पाहिलंत म्हणजे माझं मत वकिलाचं नसून न्यायाधीशाचं आहे असं आपणांलाही वाटेल.

काव्य हा मराठी शारदेचा सर्वांत जुना व सर्वांत वैभवशाली असा विभाग होय. त्याच्या आधुनिक प्रपंचाकडे पाहिले तरी टिळक-केशवसुतांपासून गिरीश-यशवंतांपर्यंत भावमधुर आधुनिक कवितेचा प्रवाह विविध मुखांनी एकसारखा वाहत आला आहे असं दिसून येईल. पण रविकिरण मंडळाने कवितेला लोकप्रियतेच्या शिखरावर नेऊन बसविल्यानंतर तिला जी उतरती कळा लागली ती थांबल्याचे लक्षण मात्र अजूनही दिसत नाही. रविकिरण मंडळाच्या काव्यगायनात काव्यही होतं आणि गायनही होतं. पण भागीने व्यवहार करणाऱ्या दोन मित्रांपैकी एकाने दुसऱ्याला सफाईने बुडवावे, तशी इतर अनेक कवींच्या काव्यगायनाने काव्याची स्थिती करून टाकली. कल्पनेने खुललेलं किंवा भावनेनं फुललेलं गीत गायिलं असता अधिक गोड लागतं ही कल्पना मागे पडून गोड गळ्यातून बाहेर पडलेलं कुठलंही पद्य हे काव्य असलंच पाहिजे, या नवीन सिद्धान्तानं तिची जागा सध्या बळकावलेली आहे. रेडिओ, ग्रामोफोन व बोलपट यांच्यामुळे जे काव्य आज घरोघर लोकप्रिय होत आहे त्याची छाननी केल्यास लवकरच काव्यनिर्मितीचे एखादे स्वस्त यंत्र तयार होईल – निदान झटपट काव्याच्या छोट्या-छोट्या मार्गदर्शिका निघतील - असा कोणी तर्क केला तर तो फारसा चुकीचा ठरणार नाही. 'खुलवित', 'डुलवित', 'थयथय', 'गरगर', 'प्रेम', 'प्रीति', 'राया', 'सजणा', 'सजणे', 'हांसत', 'नाचत' अशांसारखे शे-दोनशे शब्द व 'कृष्ण-राधा' किंवा 'तो-ती' ही दोन जोडपी घेतली की, एवढ्या भांडवलावर काव्याचा धंदा यशस्वी होतो असा आजकालच्या महाराष्ट्राचा अनुभव आहे. ग्रामोफोन व बोलपट यांच्या गाण्यांना काळाच्या व कथेच्या मर्यादा असल्यामुळे त्यांच्या पद्यरचनेतील निर्जीव कृत्रिमता एकवेळ क्षम्य ठरेल; पण या पद्यरचनेपलीकडच्या उच्च काव्याची जाणीवच सामान्य वाचकाला असू नये. बैठकीतल्या संभाषणात

माणसं ज्या कोट्या करतात किंवा ज्या हसविणाऱ्या गोष्टी बोलतात त्याच गणमात्रांचा आधार घेऊन मांडल्या की, असल्या क्षणजीवी चुटक्यांची कवितेत गणना व्हावी आणि कुसुमाग्रजांची 'स्वप्नाची समाप्ती' किंवा बोरकरांची 'तेथे कर माझे जुळती' या घरोघर ऐकू याव्यात इतक्या योग्यतेच्या कवितांचे चरण गुणगुणतानासुद्धा कुणी आढळू नये या गोष्टी काय दर्शवितात?

'फुले आणि मुले', 'संध्यातारका आणि चांदरात' हे काव्याचे विषय जुने झाले म्हणून मराठी काव्याला ओहोटी लागली, असं अनेकांना वाटतं. व्यक्तिश: माझं मत तसं नाही. काळाबरोबर सामाजिक मूल्यं बदलत आहेत; पण मनुष्याच्या सर्व नैसर्गिक भावना पूर्ववत कायम आहेत. त्याची सौंदर्यदृष्टी पूर्वीइतकीच तरल आहे, किंबहुना ती पूर्वीहून अधिक सूक्ष्म व अधिक संवेदनशील होत आहे. पण सतारीचे कोमल स्वर नगाऱ्यांच्या धांगडधिंग्यात बुडून जातात हा कटू अनुभव सध्याच्या मराठी कवितेलाही' येत आहे.

आजचा कवी टिळकांच्या पद्धतीने 'वनवासी फूल' लिहू शकणार नाही परंतु, आपल्यावर आभाळातून बॉंबवृष्टी केव्हा होईल याचा नेम नाही म्हणून व्याकूळ झालेल्या फुलाशी त्याला आपलेपणाने बोलायला काय हरकत आहे? 'एक अमेरिकन मुलगी' पाहून वात्सल्याने तिच्या सौंदर्याचे वर्णन करण्याची टिळकांना जी स्फूर्ती झाली ती आजच्या कवींना कदाचित होणार नाही, पण आपल्या मायदेशातून हद्दपार झालेली आणि आपल्या प्रियकराचा शोध करीत हिंदुस्थानात आलेली ज्यू तरुणी त्यांच्या काव्याचा विषय का होऊ नये? केशवसुतांना 'तुतारी' किंवा तांब्यांना 'रुद्रास आवाहन' ही कविता ज्या काळात स्फुरली त्याच्यापेक्षा आजचा काळ कमी भावनामय आहे, कमी स्फूर्तिप्रद आहे असं कोण म्हणेल? पण या नव्या काळाशी समरस होऊन गाण्याची तयारीच आमच्या बहुतेक कवींनी केली नाही. त्यातून एखादा जातिवंत कवी स्वच्छंदाने गाऊ लागला तर त्याचं कौतुक करण्याइतकी सूक्ष्म रसिकताही आजच्या सर्वसामान्य वाचकवर्गात नाही. तिसऱ्या दर्जाच्या चुरचुरीत वाटणाऱ्या लिखाणाच्या अतिपरिचयाने आजच्या महाराष्ट्रीय रसिकतेला एक प्रकारची बधिरता आली आहे. काव्याच्या या उपेक्षेचा परिणाम दुसरा काय होणार? मधुर ग्रामगीतं गाणारे ठोकळ विनोदी गोष्टी लिहू लागले आणि रानावनात शीळ घालणारी ना. घ. देशपांड्यांची रसवंती मुकी झाली. अजूनही एक-दोन गरुड आभाळात आपले अस्तित्व दर्शवीत आहेत. तीन-चार गरुडांची पिले सूर्याकडे टक लावून दूर पर्वतशिखरावर बसली आहेत. पण त्यांच्याकडे लक्ष कोण देतो? पोपट पिंजऱ्यांतले डाळिंबाचे दाणे खाऊन पोपटपंची करीत आहेत, मधूनमधून मैनांना साद घालीत आहेत आणि त्यांच्या या मोडक्यातोडक्या उद्गारांना काव्य समजून बहुजन समाज ते ऐकण्यात दंग होऊन जात आहे.

काव्याला लागलेल्या या ओहोटीची भरपाई विनोदाने केली अस्ती तर संक्रमणकाळाचे एक लक्षण म्हणून या स्थित्यंतराचं समर्थन करता आलं असतं. पण उच्च दर्जाचे विनोदी वाङ्मय तरी आपल्याकडे झपाट्याने कुठे वाढत आहे? प्रो. चिंतामणराव जोशींचा वैचित्र्यपूर्ण व प्रसंगनिष्ठ विनोद, चंद्रज्योतीप्रमाणे चमकत उडणारे अत्र्यांचे विनोदी संवाद आणि ना. धों. ताम्हनकर, शामराव ओक व वि. मा. दी. पटवर्धन यांचा अधूनमधून होणारा स्वैरसंचार हेच काय ते आमच्या आजच्या विनोदाचे झरे. या सर्वच झऱ्यांत विपुल पाणी आहे किंवा आहे ते पाणी स्फटिकासारखे निर्मळ आहे असे नाही. पण हे झरे वाहते तरी आहेत. अधूनमधून दर्शन देणारे हे पाच विनोदी लेखक सोडून दिले तर आजच्या वाचकाला आपली नित्याची विनोदाची भूक भागविण्याकरिता नियतकालिकाकडेच वळावं लागते. एका दृष्टीनं हे स्वाभाविकच आहे. जीवनकलह सारखा वाढत आहे, मुंबईसारख्या शहरात अर्ध यंत्र व अर्ध माणूस होऊन मनुष्याला जगावं लागत आहे. आयुष्याच्या या भयंकर उकडहंडीत विनोदाच्या शीतल वायुलहरी कुठूनही आल्या तरी त्या हव्याच असतात. त्या दृष्टीने अच्युतराव कोल्हटकरांपासून प्र. श्री. कोल्हटकरांपर्यंत अनेक साहित्यिकांनी वृत्तपत्रांतून आपल्या विनोदाचा इष्ट असा आविष्कार केला असून तो कमी-अधिक प्रमाणात यशस्वीही झाला आहे. इंग्लिशमध्ये 'पंच'सारख्या वृत्तपत्रांनी हेच कार्य इतक्या सरस रीतीने केले आहे की, त्यांच्यातल्या चुटक्यांचे नि छोट्या लेखांचे संग्रह वाङ्मयदृष्ट्याही वाचनीय वाटतात. त्यातला साराच विनोद कालाने कोमेजून जाईल असा नसतो. पण आपल्या वृत्तपत्रांतल्या स्फुट विनोदी लेखनाला अभिजात वाङ्मयाची ही चाळण लावली तर त्यातला कितीसा भाग खाली पडू शकेल हे काय सांगायला हवे? वृत्तपत्रीय विनोदात लहान मुलांचा अवखळपणा किंवा उच्छृंखलपणा असणं स्वाभाविक आहे हे मान्य करूनही आजकालच्या असल्या वाङ्मयाचं परीक्षण केले तर त्यातून काय निष्पन्न होतं? वर्तमानपत्री विनोदाला सर्व विषय मोकळे असल्यामुळे त्याने विमानाप्रमाणे स्वैरसंचार करायला हवा. पण भोवताली अनेक चिरंतन महत्त्वाच्या राजकीय व सामाजिक घडामोडी होत असताना आमच्या वृत्तपत्रीय लोकप्रिय लेखकांची विनोदबुद्धी फक्त दोनच गोष्टींभोवती पिंगा घालते – बेछूट वैयक्तिक टीका नि कामविकाराचे अवास्तव प्रदर्शन. या विषयांपलीकडे कधीकाळी या विकृत विदूषकांची नजर गेलीच तर ती गांधीजींच्या शेळीवर किंवा एखाद्या सिनेमा नटीवरच पडायची. कल्पकतेने नटलेला उपहास, राजकीय किंवा सामाजिक ढोंगांच्या मर्मस्थळी जाऊन बसणारा आणि त्यांना रडकुंडीला आणणारा उपरोध, गंभीर विषय सर्वसामान्य वाचकाच्या गळी उतरावा म्हणून त्याला दिलेली सौम्य पण रम्य विनोदाची जोड या गोष्टींचा आमच्या नियतकालिकांत दुष्काळ नसला तरी आजकाल त्या बऱ्याच दुर्मीळ आहेत यात शंका नाही. काव्याप्रमाणे विनोदातही सूक्ष्म, भव्य, उदात्त किंवा

अभिजात अशी निर्मिती करण्याकडे अनेक कलावंतायचं लक्षच नाही. क्वचित अशी कृती निर्माण झाली तर तिचं गुणग्रहण करण्याइतकी सामान्य वाचकांची अभिरुचीही निर्मळ राहिलेली नाही. मराठी लघुकथेत व लघुनिबंधांत सहजसुंदर विनोदाचा हळूहळू विकास होत आहे; पण त्याचे महत्त्व मूठभर वाचकांखेरीज इतरांना वाटत नाही आणि पटत नाही. जिथं रानटी करवंदं द्राक्षं म्हणून खपतात, तिथं द्राक्षांची लागवड करण्याचे परिश्रम कोण घेणार?

काव्य व विनोद या दोन क्षेत्रांतली आजची मराठी प्रतिभा शेवाळ्यानं झाकलेल्या पाण्याप्रमाणे झाली आहे. उच्च कलेपेक्षा तात्पुरत्या लोकप्रियतेकडे लक्ष देऊनच या क्षेत्रातले बहुतेक वाङ्मय निर्माण होत आहे. सामान्य विषय, सामान्य कल्पकता आणि सामान्य मांडणी यांचा त्रिवेणी संगम असामान्य भासविण्याकरिता असल्या लेखकांना उत्तानपणाची किंवा बेछूटपणाची मदत घ्यावी लागली नसती तरच नवल झालं असतं!

काव्य आणि विनोद या दोन क्षेत्रांतल्या अनुभवांवरूनच आजच्या ललित वाङ्मयाचं वर्णन करावयाचं झालं तर त्याची प्रगती खुंटली आहे असंच म्हणावं लागेल. या दोन क्षेत्रांत त्याच्या विकासाला पुरेसा जीवनरस मिळत नाही हे उघड आहे. या रसदारिद्र्याच्या मुळाशी सामाजिक परिस्थिती आहे की, कलाकारांची विकासशून्यता अथवा आत्मनिष्ठ मनोवृत्ती आहे हा प्रश्न निराळा! पण आपल्या आजकालच्या काव्यविनोदांत थोडीफार रम्यता असली तरी भव्यता मुळीच नाही, कल्पनेचं चातुर्य मधूनमधून चमकलं तरी तिच्या गरुडभराऱ्या कधीही दिसत नाहीत, जीवनाचं प्रतिबिंब क्वचित आढळलं तरी ते सहसा अविकृत असं असत नाही.

पण काव्य आणि विनोद ही ललित वाङ्मयाची महत्त्वाची अंगं असली तरी त्यांच्यावरून निघणारे निष्कर्ष कादंबरीसारख्या विशाल व अनंत हस्तांनी जीवनरस लुटणाऱ्या वाङ्मयाला तरी लागू पडणार नाहीत असं अनेकांना वाटेल. एका दृष्टीने हे खरंही आहे. गेल्या तीस वर्षांत मराठी कादंबरीचं वैभव एखाद्या महानदीप्रमाणे वाढत आलं आहे. महानदीला थोड्या-थोड्या अंतरावर नवीन नदी येऊन मिळावी, त्याप्रमाणे दर दोन-तीन वर्षांनी एखादा नवा कादंबरीकार उदयाला येऊन कादंबरी-वाङ्मय अधिक संपन्न करीत आहे. त्यामुळे आजची कादंबरी जर मराठी मनाच्या आशा-आकांक्षा पूर्णपणे व्यक्त करीत असेल, मराठी प्रतिभेचा विविध विलास दर्शवीत असेल, मराठी आत्म्याच्या विकासाची सर्वस्पर्शी साक्ष देत असेल तर इतर क्षेत्रांतल्या वैगुण्यांमुळे उत्पन्न होणारे असमाधान अंशत: दूर व्हायला काहीच हरकत नाही.

त्या दृष्टीने मराठी कादंबरीकारांकडे पाहू लागलो की, प्रथम वामनराव जोशींची मूर्ती डोळ्यांपुढे उभी राहते. १९२९मध्ये 'सुशीलेचा देव' आणि १९३४मध्ये 'इंदु

काळे आणि सरला भोळे' या दोन किंचित सदोष, पण अत्यंत सजीव कादंबऱ्या लिहून तात्त्विक कादंबरीकार या नात्याने पूर्वी मिळविलेला लौकिक त्यांनी अनेक पटींनी वृद्धिंगत केला; पण गेल्या सहा-सात वर्षांत वामनराव जवळजवळ वानप्रस्थ झाले आहेत. इंग्लिश वाङ्मयातला वामनरावांचा समानधर्मा वेल्स पाहा. वयाच्या दृष्टीने स्वारी पाऊणशेच्या घरात आली आहे; पण त्याच्या लेखनाचा वेग आणि जोम अणुमात्रही कमी झालेला नाही. आणि आमचे वामनराव? ते कादंबरीच नव्हे तर इतरसुद्धा काही लिहीत नाहीत. या मौनव्रताचे कारण विचारले तर 'माझ्यापाशी आता सांगण्यासारखे काही उरले नाही' एवढेच ते सांगतात. मुलींच्या कॉलेजातल्या अध्यापनाच्या कार्यामुळे त्यांचे निरीक्षणाचे क्षेत्र संकुचित झाले असेल; पण टीचभर हस्तिदंतावर ताजमहाल रेखणाऱ्या कलावंताप्रमाणे त्याच लहानशा क्षेत्रातून त्यांनी सुशीला, सरला आणि इंदू निर्माण केल्या होत्या, नाही का? मग त्यांची निर्माणशक्ती अशी विरक्त का झाली? कितीतरी सामाजिक समस्या आणि कौटुंबिक कूटप्रश्न वामनरावांच्या प्रतिभेच्या स्पर्शाची वाट पाहत तसेच तिष्ठत राहिले आहेत. आपण 'इंदु काळे' मध्ये कलासक्तीचा प्रश्न ज्या रीतीने सोडविला ती समाधानकारक नाही. उच्च ध्येयात ज्याप्रमाणे व्यावहारिक दुःख असतं त्याप्रमाणे तात्त्विक आनंदही असतो हे खरं असेल तरी विनायकराव आणि सरला यांची ध्येयं आजच्या काळाला अत्यंत अपुरी पडणारी आहेत इत्यादी गोष्टी वामनरावांना काय इतरांनी सांगायला हव्यात?

सुशीलेच्या देवाचंच उदाहरण घेऊ. सुशीलेच्या वसतिगृहाच्या शेजारी वडारी लोकांची पालं असतात. जनावरांपेक्षाही अधिक कष्टानं आयुष्य काढणाऱ्या या दुर्दैवी प्राण्यांच्या वस्तीत पटकीचा उपद्रव सुरू होतो. सुशीला तेथे जाते, त्यांची शक्य ती शुश्रूषाही करते. पण फाटलेले आभाळ पृथ्वीवरला कुठलाही शिंपी शिवू शकत नाही. अखेर व्हायचं तेच होतं. सत्तर-ऐंशी वडारी एका आठवड्यात पटकीला बळी पडतात. या वेळी सुशीला संतापाने उद्गारते, 'ही गरीब माणसं पटकीला बळी पडली का आपल्या समाजव्यवस्थेला बळी पडली, हा मला प्रश्न पडला आहे!'

सुशीलेच्या या प्रश्नाचे उत्तर द्यायला, ते उत्तर होकारार्थी असल्यास, ही अमानुष समाजव्यवस्था कशी बदलायची हे सांगायला वामनरावांनी यापूर्वीच पुढे यायला हवं होतं. त्यांच्या प्रतिभेला वार्धक्य आलं आहे असं मला वाटत नाही. तिच्यावर एक प्रकारचं उदासीनतेचं पटल पसरलं आहे. भोवतालची वाङ्मयीन परिस्थिती पाहून ती निष्क्रिय झाली आहे. गुडघाभर पाण्यात पोहण्याच्या शर्यतीत भाग घ्यायला ती उत्सुक नाही. ज्यांना उथळ शृंगाराचे मळे पिकविता येतात किंवा अवखळ हास्याचे पूर वाहवता येतात त्यांच्याच वाङ्मयाला आज महत्त्व आहे, हे ओळखून तर त्यांनी आपल्या लेखणीला विश्रांती दिली नसेल ना?

प्रश्नचिन्ह हा वामनरावांचा जिवलग मित्र आहे. त्यामुळे त्यांच्या लेखन-संन्यासाच्या बाबतीत अनेक उत्तरं संभवू शकतील. पण वरेरकरांच्या कोशात संशय, शंका, प्रश्नचिन्ह वगैरे शब्दच नाहीत. पूर्णविराम हेच त्यांच्या निशाणावरलं प्रतीक! 'सांगण्यासारखं माझ्याजवळ काहीच नाही' हे वाक्य विनयानं असो अथवा आत्मविश्वासाच्या अभावानं असो त्यांच्या तोंडून कधीच बाहेर पडणार नाही. उलट, ते ठासून म्हणतील, 'मी आतापर्यंत सांगितलं हे काहीच नाही. नुसतं चार चुळके पाणी तुमच्या पदरात पडलं आहे; पण बाकीचा समुद्र – समुद्र कसला? महासागरच म्हणाना – अजून माझ्या पोतडीतच आहे.'

या आत्मविश्वासाला शोभेल, असे विपुल कादंबरीलेखन त्यांनी केलं आहे हे कोणीही कबूल करील. गेल्या तेरा-चौदा वर्षांत त्यांनी विसाहून अधिक कादंबऱ्या लिहिल्या आहेत. त्यांच्या कादंबऱ्यांतल्या विषयांचं वैचित्र्य त्यातल्या माणसांइतकंच आश्चर्यजनक आहे. त्याचप्रमाणे, वाचकाला मलबारहिलपासून वेड्याच्या इस्पितळापर्यंत आणि आय.सी.एस. अधिकाऱ्यापासून कोकणातल्या भंडाऱ्यापर्यंत फिरविणारा दुसरा कादंबरीकार अजून मराठी भाषेत झालेला नाही. कोमलतेच्या दृष्टीने 'विधवा-कुमारी', चटकदारपणात 'विकारी वात्सल्य' आणि प्रचाराचं साधन म्हणून 'पेटते पाणी' या त्यांच्या कादंबऱ्या नि:संशय चगंल्या आहेत. असं असूनही कादंबरीकार म्हणून वरेरकर कितीसे लोकप्रिय आहेत? कल्पकता, कलाविलास व भावनेची आर्तता हे गुण त्यांच्या कादंबऱ्यांत उत्कटत्वाने आढळत नाहीत, हे खरे! पण फडके, खांडेकर आणि माडखोलकर यांच्या कादंबऱ्यांत नसलेले जे गुण त्यांच्या कृतीत आहेत त्यांचं तरी मोठ्या प्रमाणात वाचकांनी कौतुक केलं आहे का? असं का व्हावं?

याचं उत्तर एकच आहे. वाङ्मयाच्या अंतरंगापेक्षा त्याच्या बहिरंगावरच संतुष्ट होण्याची चटक आपल्या वाचकांना लागली आहे - नव्हे, लावण्यात आली आहे. काव्याच्या अर्थापेक्षा गळ्याचा गोडवा जसा आम्हांला अधिक मोहिनी घालतो, त्याप्रमाणे काय सांगितलं गेलं आहे यापेक्षा ते कसं सांगितलं आहे यालाच आपण अधिक किंमत देऊ लागलो आहोत. देवळातल्या मूर्तीला दुरूनच नमस्कार करून देवालयाच्या भिंतीवर काढलेली चित्रं पाहण्यात दंग होणाऱ्या लहान मुलासारखी आजच्या वाचकवर्गाची स्थिती झाली आहे. तो भाषेच्या विलासावर बेहद्द खूश होतो. शृंगार अथवा हास्य यांच्या फवाऱ्यांनी त्याचं अंग पुलकित होतं. पण भाषेचा शृंगार हा वाङ्मयाचा आत्मा होऊ शकत नाही, कारंजातल्या तुषारांनी कालव्याच्या पाण्याची उणीव भरून निघू शकत नाही, शृंगार आणि हास्य यांच्या अंगांत कोमेजलेल्या मनाला घटकाभर फुलविण्याची शक्ती असली तरी मानवी अंत:करणातल्या सुप्त भावनांना चिरंतन आवाहन द्यायला, मनुष्याचे उदात्त विचार उचंबळवून टाकायला

किंवा सामान्य व्यक्तीच्या डोळ्यांपुढे एक नवी ध्येयसृष्टी नाचत ठेवायला निव्वळ शृंगाराचा किंवा प्रहसनपर हास्याचा उपयोग होऊ शकत नाही हे त्याच्या लक्षातच येत नाही.

पण, याबद्दल वाचकवर्गालाच सर्वस्वी जबाबदार धरणं मात्र योग्य होणार नाही. सामान्य मनुष्य जसा संसारात, त्याप्रमाणे सामान्य वाचक वाङ्मयात प्रवाहपतित बनतो. त्यामुळे आपण जे आवडीने वाचीत आहोत ते सुंदर आणि सजीव वाङ्मय आहे की नाही हे पाहण्याची त्याला फारशी शक्तीही नसते आणि सवड तर नसतेच नसते. चहाला थोडेसे अफूचे पाणी दिलं की त्याची चटक हां-हां म्हणता गिऱ्हाइकाला लावता येते, या अनुभवात नवीन असं काहीच नाही. पण या बाजारी युक्तीचा अवलंब करणारे असंख्य लोक सरस्वतीच्या पवित्र मंदिरातही असतात याची मात्र बहुतेक वाचकांना दाद नसते. मोहिनीमंत्राने भारलेल्या मनुष्याचा जसा स्वत:च्या मनावर ताबा असत नाही, तशी सर्वसामान्य वाचकवर्गाची अभिरुचीही स्वतंत्र राहू शकत नाही. ज्या पोकळ सिद्धांताचे नगारे त्याच्या कानांजवळ वारंवार वाजत असतात तेच सिद्धांत त्याला खरे वाटू लागतात. ज्या रसांनी थबथबलेल्या कथा त्याला पुन:पुन्हा वाचायला किंवा पाहायला मिळतात त्यांच्याविषयी नकळत त्याच्या मनात अंध आसक्ती उत्पन्न होते. बहुजन समाज हा नेहमीच लहान मुलासारखा असतो. नुसत्या सवयीमुळे त्याला एखाद्या गोष्टीविषयी प्रीती किंवा उदासीनता वाटू लागते.

शृंगार आणि हास्य या दोन रसांकडेच सध्याच्या वाचकांचा जो विलक्षण ओढा दिसत आहे त्याची कारणेही थोडीफार अशीच आहेत. 'कोलंबसाने अमेरिकेचा किंवा आईन्स्टाइनने सापेक्षतेच्या सिद्धांताचा शोध लावल्याचे एकवेळ खोटे ठरेल, पण शृंगार आणि हास्य या दोन रसांचा शोध आम्हीच लावला आहे' अशा अभिमानाचे झटके जिथे नामवंत साहित्यिकांनासुद्धा मधूनमधून येतात तिथे सध्याच्या कारुण्यपूर्ण पण क्रांतिप्रवण अशा समाजजीवनाची विविध, सूक्ष्म व जिवंत चित्रे वाचकांना कुठून पाहायला मिळणार? डोळे हे रडण्याकरिता किंवा रागावण्याकरिता नाहीत - फक्त प्रेमकटाक्ष टाकण्याकरिताच आहेत, ओठांचा संबंध अन्यायाची चीड येऊन बाहेर पडणाऱ्या उद्‌गारांपेक्षा चुंबनाशीच अधिक आहे, हातांचा उपयोग एखाद्या उदात्त ध्येयाचे निशाण मिरविण्याकरिता किंवा त्याच्यासाठी लढण्याकरिता नसून आलिंगन देणे व घेणे हाच आहे अशी आजच्या लोकप्रिय वाङ्मयावरून एखाद्याची समजूत झाली तर तो सारा दोष त्याच्या विकृत दृष्टीचाच आहे असे म्हणता येईल काय? विषय कोणताही असो, तत्त्व प्रतिपादनाच्या आणि कलेच्या दृष्टीनेच त्याची सजावट करावयाची या गोष्टीकडे आमच्या प्रतिभावंतांचे अधिकाधिक दुर्लक्ष होत चाललं आहे. कुठलाही रस उत्कटत्वाने निर्माण झाला की, तो वाचकांच्या मनाची पकड

घेऊ शकतो, हे जणूकाही त्यांना पटतच नाही! कृत्रिम का होईना, पण कामकथा ही प्रत्येक कादंबरीत पाहिजेच. आपल्या कथेतल्या नायक-नायिकांचं मनोविश्लेषण करण्याऐवजी त्यांच्या शरीरसौष्ठवाची सविस्तर वर्णनं करण्याचाच मोह आमच्या लेखकांना पदोपदी का होतो? आजचे होतकरू लेखक अहमहमिकेनं ज्यांचे अनुकरण करीत आहेत त्या फडके-माडखोलकरांसारख्या श्रेष्ठ साहित्यिकांच्या कृतीसुद्धा या कलाहीन अतिरेकापासून अलिप्त नाहीत. 'कांता' ही माडखोलकरांची सुप्रसिद्ध कादंबरी पाहा. कलेच्या दृष्टीने पाहिले तर कांता ही त्या कादंबरीची नायिका नाही आणि प्रियदर्शन हा तिचा नायकही नाही. त्या कादंबरीचा नायक 'सर महादेव ठाकूर' ही प्रभावशाली व्यक्ती आहे आणि तिची नायिका 'श्यामा' ही तेजस्वी तरुणी आहे. या दृष्टीने त्या कादंबरीतल्या कथाप्रवाहांची गुंफण झाली असती तर ती वाचून संपविल्यावरसुद्धा आपण विजेचा चमचमाट पाहत आहोत असंच वाचकाला वाटत राहिलं असतं. पण हेतू, भूमिका व प्रसंग यांचे केंद्रीकरण करण्याची कलात्मक दक्षता तर माडखोलकरांनी घेतली नाहीच उलट, एवढ्या प्रभावशाली लेखकानं कादंबरीचा आरंभ करताना वाचकवर्गाला शृंगारिक वर्णनाचे दोन घोट पाजण्याची जी काळजी घेतली आहे ती पाहण्यासारखी आहे.

'कांते'च्या पहिल्याच प्रकरणात नागपूरचे डी.एस.पी यादवराव आपल्या ऑफिसात बसले असताना त्यांची मुलगी विजया घाईघाईने आत येते. ती वडिलांकडे गाडी मागायला आलेली असते. खरं पाहिलं तर आत आल्याबरोबर तिने आपली ही मागणी पुढे करायची. पण तसं झालं असतं, तर वाचकांच्या डोळ्यांपुढे एका तरुणीची मोहक आकृती मूर्तिमंत उभी करण्याची ही संधी लेखकाने सुखासुखी गमावल्यासारखं झालं असतं. म्हणून माडखोलकर वर्णनाला सुरुवात करतात - 'त्यांनी कौतुकाने तिच्या कमनीय आकृतीकडे पाहिलं.' वडिलांना कमनीय वाटणाऱ्या मुलीच्या या आकृतीचे चित्र लेखकाने मोठे रेखीव काढले असून त्याचा शेवट खालील वाक्याने केला आहे - 'नाही म्हणायला आपल्या उन्नत वक्ष:स्थलावर मात्र आकाराच्या बाबतीत उरोजाशी स्पर्धा करणारे गुलाबाचे टपोरे फूल तिने खोवले होते.' हे वर्णन संपताच सामान्य वाचक मनात म्हणतो, आतातरी बापलेकीचे संभाषण सुरू होईल. पण छे! सुंदर तरुणी समोर असताना कुणालाही बोलणं सुचणं शक्य आहे का? मग तो तिचा बाप का असेना! यामुळे माडखोलकरांना पुन्हा वर्णन करण्याशिवाय गत्यंतर उरत नाही. 'यादवराव सारखे तिच्याकडे बघत होते. तिच्या फ्रॉकवरील तो श्वासोच्छ्वासागणिक वर-खाली होणारा गुलाब, त्याला आपल्या कांतीने लाजविणाऱ्या तिच्या रेखीव जिवणीभोवती उमललेले निर्भर हास्य, खोलीतील प्रत्येक वस्तूवर दृष्टिक्षेप करीत असलेल्या तिच्या चंचल नेत्रांतील स्फटिकाची लकाकी किंवा त्या मर्दानी पोषाखामुळे खुलून दिसणारी तिच्या सडपातळ बांध्याची

मोहक सुस्पष्टता – यांपैकी कोणत्या गोष्टीने त्यांना मुग्ध केले होते, कोण जाणे!'
कोण जाणे हेच खरे! कारण देव जाणे असे म्हणण्याइतकी काही ही गूढ गोष्ट नाही.

'मुखवटे' या त्यांच्या राजकारणप्रधान कादंबरीतल्या पहिल्या प्रकरणात हीच
गंमत पुन्हा दिसते. कादंबरीच्या नायकाला बाजूला ठेवून माडखोलकर गांधीजींच्या
आश्रमात कथेला जी सुरुवात करतात ती मोहन व रोज या दुय्यम दर्जाच्या पात्रांवर.
आणि अवघ्या दहा पृष्ठांत भाविकपणाने गांधींचे दर्शन घ्यायला वर्ध्याला गेलेल्या
रोजला ते एका नदीच्या काठावर आणतात. तिथे तिचा पाय घसरून ती कातळावर
आपटते. आणि मग –

मग काय? रोज एकटी असती तर तिला दवाखान्याचाच रस्ता सुधारावा
लागला असता. पण आजकालचा कुठला लेखक नायिकेला अशी एकटी आपटू
देण्याइतका निष्काळजी अथवा कठोर आहे? इथे रोजबरोबर मोहन आहेच की!

लेखक पुढे वर्णन करतात, 'जोराने आदळल्यामुळे अंग अवघडल्यासारखे
होऊन तिला चटकन उठता येईना. शिवाय, कदाचित आपण पुन्हा पडू अशीही
भीती तिला वाटली. तेव्हा त्याने तिचे दोन्ही दंड घट्ट धरून तिला अलगत उठवून
उभी केली - आणि तिच्या श्वासकंपित ओठांवर झटकन आपले ओठ टेकून तिला
हृदयाशी धरले.'

चिवड्याला जशी काजूबियांशिवाय लज्जत नाही, त्याप्रमाणे असल्या वर्णनांवाचून
कादंबरीला गोडी नाही, अशी माडखोलकरांसारख्या अव्वल दर्जाच्या साहित्यिकाने
आपली समजूत करून घ्यावी हे कशाचं लक्षण आहे? अभिजात वाङ्मयातच असे
स्थानी-अस्थानी वैषयिक वातावरण निर्माण होऊ लागल्यावर दर आठवड्याला
वाचकांना काहीतरी गरमागरम खाद्य पुरविण्याचे दुकान काढणाऱ्यांनी कामविकृतीचे
स्फुट-अस्फुट दर्शन हेच आपले प्रमुख आकर्षण केले तर त्यात दोष कुणाचा?

मी माडखोलकरांच्याच कादंबऱ्यांतील उदाहरणे दिली याचे कारण ते जेवढे
लोकप्रिय लेखक आहेत तेवढेच माझे निकटचे स्नेही आहेत. माझ्या टीकेमुळे ते
स्वप्नातही गैरसमज करून घेणार नाहीत. पण उदाहरणे माडखोलकरांची असली
तरी वैषयिक वातावरणाचा हा ओढा त्यांच्याच कादंबऱ्यांत दिसून येतो असे मुळीच
नाही. आजारी माणसाला आपल्या आजाराशिवाय बोलायला जसा दुसरा विषयच
सुचत नाही त्याप्रमाणे कॉलेजातल्या तरुण होतकरू लेखकापासून पन्नाशीच्या घरात
आलेल्या प्रौढ प्रथितयश साहित्यिकापर्यंत प्रत्येकाची प्रतिभा आजकाल असल्या
प्रेमाभोवतीच पिंगा घालीत असलेली दिसते.

- आणि सर्वांत मौजेची गोष्ट ही की, ही बहुतेक तथाकथित प्रेमचित्रं अंधुक,
कल्पनारम्य आणि थोडीफार विकृत असतात. गेल्या दहा वर्षांतल्या मराठीतल्या
सर्व प्रेमकथा वाचल्या तरी मध्यम वर्गातल्या तरुण-तरुणींच्या खऱ्याखुऱ्या प्रेमविषयक

अनुभवांवर फारसा प्रकाश पडणार नाही.

कुठल्याही दुकानात गेले तरी आइस्क्रीमची चव जशी एकच असायची, काही थोडा फरक असला तर तो आइस्क्रीम कमी-अधिक घट्ट असण्यात असायचा तशीच आमच्या विविध कथांतील प्रेमाची स्थिती झाली आहे. त्यात वैचित्र्य नाही, उत्कटता नाही, आर्तता नाही आणि प्रणयचित्राचं सौंदर्य वाढविणारी मुग्धमधुर सूचकता किंवा तरल कल्पकता तर नाहीच नाही. हार्डीच्या कादंबऱ्यांतील प्रेमाचं रुद्र, आर्त किंवा उत्कट कलात्मक स्वरूप आमच्या कितीशा कादंबऱ्यांत पाहायला मिळतं? स्टीफन झ्वाहगच्या 'एका अनामिकेचे पत्र' या कलापूर्ण कथेत नीतिबाह्य पण भावमधुर प्रीतीचे जे हृदयस्पर्शी चित्रण आढळते, त्याच्या शेजारी अभिमानाने उभी राहू शकतील अशी प्रणयचित्रे आमच्या लेखकांनी कितीशी काढली आहेत?

मनामध्ये अशी तुलना सुरू झाली की, एका गोष्टीची खातरी पटते - प्रीतीचे विविध रंग हा पाश्चात्य लेखकांचा आणि वाचकांचा अनुभूतीचा विषय आहे. आमच्याकडे तो अनुकरणाचा, कुतूहलाचा, व्यवहारदृष्ट्या अतृप्तीचा आणि म्हणूनच विकृतीचा विषय झाला आहे. प्रेमकथा म्हणजे कामकथा असा संकेत आमच्या वाङ्मयात पडू पाहत आहे. सजीव प्रेमकथा लिहायला लागणारे अनुभव आमच्या समाजात दुर्मीळ आहेत. इतकेच नव्हे, तर अशा प्रकारचे अनुभव कलापूर्ण रीतीने रेखाटायला जी काव्यात्मता आणि सत्यनिष्ठा लागते, त्यांचाही विकास अद्यापि आमच्या लेखकांत पूर्ण झालेला नाही. सांकेतिक नीती, संस्कृती, परिस्थिती इत्यादिकांनी चौफेर वेढलेल्या मध्यमवर्गाच्या घरातील प्रीती ही कल्पलता होऊ शकत नाही. ती कुंडीतली वेल आहे. कल्पक अथवा काव्यात्म प्रतिभेच्या लेखकाला तिच्यापासून कसली स्फूर्ती मिळणार? समुद्राचे विराट स्वरूप जसे वादळात प्रतीत होते, त्याप्रमाणे प्रीतीचे विशाल आणि विलक्षण रूपही जीवनसागरातील वादळं जिथे नित्य सुरू असतात अशा बहुजन समाजातच प्रकट होते. पण अशा गोष्टी आमच्या मराठी लेखकांना अद्यापि दिसतच नाहीत. चुकून दिसल्याच तर त्या रंगविता येत नाहीत. उदाहरण म्हणून मी अद्यापि ज्यांचा उपयोग करू शकलो नाही अशा अनेक रम्य पण विलक्षण प्रेमकथांपैकी एकच इथे सांगतो.

एका सामान्य माणसानं ठेवलेल्या सामान्य बाईची गोष्ट आहे ही! मित्रांना दिलेला पैसा परत न आल्यामुळे त्या माणसाचं दिवाळं वाजते. तो अन्नाला मोताद होतो. आत्महत्येचे विचार त्याच्या मनात घोळू लागतात. ही दुर्दशा त्या बाईला पाहवत नाही. तो सुखी व्हावा म्हणून ती एक विलक्षण त्याग करते. ती दुसऱ्या मनुष्यापाशी राहण्याचा निश्चय करते. तिचा प्रियकर डोळ्यात अश्रू आणून तिला म्हणतो, 'तू तरी मला सोडून जाऊ नकोस.' आपण त्याच्यापाशी राहणे म्हणजे त्याच्या अगतिक जीवनाला भारभूत होण्यासारखे आहे, अशी तिची खातरी झालेली

असते. ती त्याला उत्तर देते, 'माझं प्रेम तुझ्या पैशावर होतं, तुझ्यावर नव्हतं.' हे विलक्षण उत्तर ऐकून तिचा प्रियकर दु:खित मनाने निघून जातो. पण तो अन्नाला महाग होत नाही. त्याच्या नावाने दरमहा नियमितपणे पैसे येऊ लागतात. हे पैसे पाठविणाऱ्याचे नाव कळावे म्हणून तो खूप खटपट करतो; पण त्याला ते कधीच कळत नाही.

या कथेतील नायिका एक रखेली आहे. इतकेच नव्हे, तर ती एका पुरुषाला सोडून दुसऱ्यापाशी राहायला तयार झालेली बाई आहे. पण असे असून या गोष्टीचे वातावरण वैषयिक वाटते काय? कथेत रंग भरण्याकरिता कुणाही लेखकाला या बाईच्या सौंदर्याचे साग्रसंगीत वर्णन करण्याची जरुरी भासणार नाही; पण आमच्यातले अस्सल कलावादीसुद्धा असल्या कथानकांना स्पर्श करायला धजणार नाहीत. समाजाच्या सांकेतिक नीतीच्या चौकटीत कसंबसं बसणारं कृत्रिम प्रीतिचित्रच रंगविण्याचा ते प्रयत्न करतील आणि मग ते निर्जीव वाटू नये म्हणून शृंगाराचे गहिरे रंग त्यात काठोकाठ भरतील.

आमच्यात प्रेमाचे भाट आहेत; पण प्रेमाचे पोवाडे मात्र नाहीत. प्रीतीची पूजा आहे; पण तिची मूर्ती नाही. प्रीतीच्या उदात्त, उत्कट, उच्छृंखल किंवा उत्साही स्वरूपाच्या अगणित छटांचे आम्हांला अद्यापि आकलनच करता येत नाही. याचा परिणाम म्हणजे आमचे आजचे नकली प्रेमवाङ्मय. उत्कट प्रीतीचं चित्रण हे सुंदर मनोविश्लेषण असतं; नुसते सौष्ठवप्रदर्शन किंवा विकारचित्रण नसते. पण हे न कळल्यामुळे किंवा कळूनही न वळल्यामुळे वाचकांची किंवा प्रेक्षकांची सुप्त कामुकता चाळविणारी वर्णनं करून आणि उद्दीपक प्रसंग रंगवून प्रेमकथा लिहिल्याचं समाधान आम्ही मानीत आहोत. हे समाधान नुसतं दुबळं नाही, ते आंधळंही आहे.

असल्याच आत्मवंचनेचे एक उत्कृष्ट उदाहरण श्री. क्षीरसागर यांच्या 'राक्षसविवाह' या भावकथेत आढळेल. राक्षसविवाह या नावावरून लहान मुलांकरिता लिहिलेली ही एखादी अद्भूत कथा असावी असा अनेकांना भास झाला असेल पण ही कथा अद्भूत तर नाहीच उलट घरोघर घडणारी आहे. पूर्वपरिचयावाचून झालेले लग्न हा शुद्ध राक्षसविवाह असतो, असा क्षीरसागरांचा ठाम सिद्धांत आहे. ते म्हणतात, 'बाजारी वधूपरीक्षा, वरपक्षाची जेत्याची भूमिका व अपरिचित वराला एका दिवसात शरीरार्पण यामुळेच मला रूढ विवाह राक्षसविवाह वाटतो.' क्षीरसागरांचे हे वाक्य वाचल्यावर आपण राक्षस आहोत हे कळून चुकल्यामुळे हजारो मराठी वाचकांची माझ्याप्रमाणेच मोठी त्रेधा उडाली असेल. पूर्णपरिचयानंतर होणारा प्रेमविवाह हा आपल्याकडे अद्यापि नियम नसून अपवाद आहे. त्यामुळे आपले बहुतेकांचे विवाह क्षीरसागरांच्या दृष्टीने तरी राक्षसविवाहांतच जमा आहेत. आपल्यापैकी एखाद्याची पत्नी पतीला देव मानीत असेल आणि एखादा पती आपल्या पत्नीला देवता म्हणत

असेल, निदान शेकडा सत्तर-ऐंशी जोडपी तरी एकमेकांकडे आपले जीवाभावाचे माणूस या दृष्टीने पाहत असतील; पण क्षीरसागरांच्या दृष्टीने आपण सर्व माणसे होऊ शकत नाही! आपण राक्षस आहोत.

केवढा विलक्षण शोध आहे हा! मराठीतला एक पहिल्या दर्जाचा टीकाकार जीवनातल्या अत्यंत नाजूक अनुभवाविषयी असलं तर्कदुष्ट आणि अर्थशून्य विधान का करतो – नव्हे, त्या विधानाचा विस्तार करणारी भावकथा का लिहितो? याचं उत्तर एकच आहे, आमच्या आजच्या विकृत वाङ्मयीन कल्पना – आजचा आमचा दूषित आणि संकुचित असा सामाजिक दृष्टिकोन!

कथेतल्या नायकाचे यमूवर प्रेम आहे. तिच्याशी लग्न व्हावे अशी त्याच्या अंतर्मनाची अपेक्षा आहे! पण ही इच्छा स्वत:शी कबूल करण्याइतकासुद्धा तो प्रामाणिक नाही! त्यामुळे लग्न झाल्यावर यमू दुसऱ्या माणसाची झाली, तिच्या गोऱ्यापान कपाळावरील काळ्याभोर दाट फुगीर केसांना कुणीतरी दुसऱ्या मनुष्याने स्पर्श केला या कल्पनेनेच तो वेडावून जातो. मनात उत्पन्न झालेल्या या विकृत मत्सरानं अंध होऊन हा दुबळा जीव यमू आणि तिचा पती यांच्या जीवनाकडे पाहू लागतो. स्वत:च्या विकृतीत रममाण होणाऱ्या माणसाची चीड पराकोटीला पोहोचली तरी दुसरं काय करणार? यमूचा विवाह हा राक्षसविवाह आहे, असा आक्रोश करून हा भ्याड आत्मवंचक नायक समाजावर सूड उगविल्याचे समाधान मानून घेतो.

आपल्या या नायकाची कहाणी सांगून क्षीरसागर स्वस्थ बसले असते तर सध्याच्या सामाजिक कोंडमाऱ्यात सापडलेल्या एका दुबळ्या मनोवृत्तीच्या तरुणाचे आत्मनिवेदन म्हणून वाचकांनी या कथेकडे पाहिलं असतं. पण क्षीरसागरांनी या विकृत कथेला तत्त्वज्ञानाचा मुलामा दिला आहे, एरवी जिचा सहज पत्ता लागला असता अशा पितळेचं त्यांनी सोनं बनविण्याचा प्रयत्न केला आहे. 'अपरिचित वराला एका दिवसात शरीरार्पण' या शब्दांनी ज्या प्रसंगाचा ते उल्लेख करतात त्याची पुसट कल्पनासुद्धा सर्वसामान्य वधूला किती आनंददायक असते याचा विचार त्यांनी कधी केला आहे काय?

आपल्या दृष्टिकोनातला हा विकृत अतिरेक लक्षात आल्यावर लग्न ही एक आवश्यक शस्त्रक्रिया आहे अशी पुरवणी मूळ तत्त्वज्ञानाला जोडण्याची सावधगिरी क्षीरसागरांनी घेतली आहे. शस्त्रक्रिया हा शब्द लेखकाला राक्षसापेक्षा कमी भयंकर वाटला असेल; पण सामान्य मनुष्य मात्र त्यानेच अधिक घाबरून जाईल. राक्षस काल्पनिक असले तरी शस्त्रक्रिया ही खरीखुरी आहे, अशी त्याची खातरी झालेली असते. अपरिचित पतीला राक्षस म्हटले काय किंवा लग्नाला शस्त्रक्रिया म्हटले काय त्यामुळे विचारांतली विकृती लोप पावू शकत नाही. सर्वसामान्य स्त्री-पुरुषांना येणाऱ्या अनुभवाशी मुळीच न जुळणारी कुठलीही विकृत गोष्ट काव्यात तळली नि

तत्त्वज्ञानात घोळली म्हणून का ती सत्य आणि सुंदर वाटणार आहे?

क्षीरसागरांची ही एकच गोष्ट नव्हे, तर अनेक लोकप्रिय मराठी कथा वाचताना किंवा पाहताना सामान्य वाचक मनात म्हणत असतो, 'विकृत आणि अपवादात्मक जीवनाचं चित्रण करण्याचाच आमच्या लेखकांनी विडा उचलला आहे की काय? जे अनुभव मला किंवा माझ्यासारख्या लक्षावधी लोकांना जागेपणीच काय पण स्वप्नातसुद्धा येत नाहीत ते यांच्या कथांत कसे अगदी ठासून भरलेले असतात. समाजचित्रं, पुरोगामी कथा, विचारप्रवर्तक गोष्टी या नावाखाली अरबी भाषेतल्या सुरस आणि चमत्कारिक गोष्टींच्या आधुनिक आवृत्त्याच आम्ही अजूनही वाचत बसायचे की काय?'

'लग्नाची बेडी' हे अत्रे यांचे लोकप्रिय नाटकच घ्या. मुंबईच्या चौपाटीवर एखाद्या डॉक्टरला सिनेमा नटी भेटणे ही काही अगदी अशक्य गोष्ट नाही. पण भेटणे आणि भाळणे याच्यात जमीन-अस्मानाचे अंतर आहे. सामान्य डॉक्टरवर सिनेमा नटीचे अगदी पहिल्या भेटीत प्रेम बसणे शक्य असलं तर प्रॅक्टिस न चालणारे पुष्कळ डॉक्टर सिनेमा नटीकरिता मोफत दवाखाने उघडू लागतील. सामान्य मनुष्याला बायकोचा थोडा कंटाळा यायला निदान पाच-दहा वर्षे तरी तिच्या सहवासात काढावी लागतात; पण या नाटकातला डॉक्टर एकाच वर्षात आपल्या बायकोला कंटाळलेला दिसतो. आपल्यापेक्षा वयाने मोठ्या असलेल्या एखाद्या कुरूप बाईशी लग्न करण्याची घोडचूक त्याने केली होती म्हणावे, तर तसेही नाही. डॉक्टर आणि नटी यांचे सूत जमल्यावर ती नटी पुण्याला त्याच्या घरावर हवाईहल्ला चढवून तिथे एका दिवसात शक्य तेवढा धुडगूस घालते, त्याच्या बायकोला जीव अगदी नकोसा करते आणि शेवटी अर्धांगाप्रमाणे वैराग्याचा अचानक झटका येऊनच की काय, 'नवऱ्याला सांभाळण्याकरिता बायकोनं आपल्या शृंगाराची काळजी घेतली पाहिजे' असा साळसूद उपदेश करून निघून जाते. हे सारे गौडबंगाल काय आहे, हेच आपल्याला कळत नाही.

सर्वसामान्य वाचकाची ही तक्रार ललित वाङ्मयाच्या एकाच भागाविषयी किंवा एकाच लेखकाविषयी आहे, असं मुळीच नाही. आजच्या मराठी कथेत – मग त्या कथेचे तांत्रिक स्वरूप लघुकथा, कादंबरी, नाटक किंवा बोलपट यांच्यापैकी कोणतेही असो – जे व्यक्तिजीवन आणि समाजजीवन रंगविले जात आहे त्यातला फारच थोडा भाग त्याला जिव्हाळ्याचा आणि स्वत:च्या अनुभवाशी जुळतो असा वाटतो. स्त्रीच्या आर्थिक स्वातंत्र्याचा प्रश्न आजच्या मध्यमवर्गाच्या पुढे दत्त म्हणून उभा आहे. पण प्रो. फडके त्याचे 'उद्धार' या कादंबरीत जे चित्रण करतात ते पाहून सामान्य वाचक बुचकळ्यात पडतो. त्याच्या दृष्टीने या प्रश्नाला अनेक बाजू आहेत. पती आणि पत्नी या दोघांना नोकरी मिळणे शक्य आहे काय? ते शक्य असले तरी

दोघेही नोकरी करू लागल्यास घराचे घरपण लोप पावेल की काय? संध्याकाळी दमूनभागून घरी येणाऱ्या नवऱ्याला दारात उभी असलेली हसतमुख पत्नी पाहून आनंद होईल की, आपल्याहूनही कोमेजून गेलेली बायको पाहून पहिल्या तारखेचे स्मरण करीत तो ते दु:ख विसरून जाईल? दोन-तीन मुले झाल्यावर ती सांभाळून एखादी नोकरी करणे मध्यम स्थितीतल्या स्त्रीला शक्य आहे काय? आणि ते शक्य असले तरी इष्ट आहे काय? बरं, ते इष्ट नाही असं मानलं, तर आजच्या काळातली सामान्य पुरुषाची महिन्याची मिळकत कुटुंबाला सुखात ठेवायला पुरी कशी पडणार? खालच्या वर्गातली स्त्री ही पुरुषाच्या बरोबरीने काम करते, प्रसंगी संसाराचा सर्व भरिभार अंगावर घेऊ शकते. त्या स्त्रीशी तुलना केली म्हणजे आजची मध्यम वर्गातली स्त्री ही नुसती बुद्धिवान बाहुली वाटते. आर्थिक स्वातंत्र्य हा या बाहुलीला सजीव करणारा मांत्रिक होऊ शकेल काय?

हे किंवा असले अनेक प्रश्न चुकीचे असतील, त्यांच्या आत लपलेल्या भावना भोळ्याभाबड्या असतील; पण त्या आजच्या मध्यमवर्गाच्या खऱ्याखुऱ्या भावना आहेत. सर्वसामान्य स्त्री-पुरुषांच्या मनापुढे पदोपदी उभे राहणारे हे प्रश्न आहेत.

या प्रश्नांची उत्तरं फडके आपल्या कादंबरीत देतील, या अपेक्षेनं सामान्य मनुष्य 'उद्धार'च्या विषयाकडे पाहतो. पण स्वप्नातल्या विचित्र भासामुळे आपण गरोदर झालो आहोत, असे वाटणारी विद्या वाचकांच्यापुढे उभी करून कादंबरीकार आपल्या कथानकाचा कळस रचतात आणि नैतिक स्वातंत्र्य मिळाल्याशिवाय नुसत्या आर्थिक स्वातंत्र्यानं स्त्री सुखी होणार नाही असे वाचकांना बजावतात.

सर्वसामान्य वाचक हा सिद्धांत पाहून मनात गोंधळून जातो. त्याला वाटतं, स्त्रीचे नैतिक स्वातंत्र्य हा अत्यंत महत्त्वाचा विषय असेल. सिंक्लेअर लुईसारख्या अमेरिकन कादंबरीकाराने तो जिव्हाळ्याने रंगविण्याइतके त्याला तिकडे महत्त्वही असेल; पण महाराष्ट्रीयन स्त्रिच्या आर्थिक स्वातंत्र्याचा आजच्या प्रश्नाशी त्याचा इतका निकटचा संबंध कुठे आहे हे मात्र काही केल्या त्याला कळत नाही. तो म्हणतो, स्त्री ही नैतिकदृष्ट्या स्वतंत्र असलीच पाहिजे, असे प्रो. फडके यांना प्रतिपादन करावयाचे असेल तर 'द वुमन व्हु डीड' या कादंबरीतल्या नायिकेप्रमाणे लग्नबंधन न स्वीकारणारी नायिका त्यांनी खुशाल निर्माण करायची होती; पण जायचं एका गावाला नि तिकीट काढायचं दुसऱ्या गावाचं, असं हे कलावंत का करतात?

इतर अनेक कथा वाचतानाही सामान्य वाचकाची अशीच तारांबळ उडते. खांडेकरांच्या 'दोन धृव'सारख्या कादंबऱ्या वाचल्यावर वाचक आपल्या भोवतालच्या माणसाकडे संशयित दृष्टीनेच पाहू लागतो. त्याच्या मनात येते, 'दोन धृवा'तली काजूच्या कारखान्यात काम करणारी वत्सला ही जशी एका बड्या लेखकाची बायको निघाली तशी आपल्या घरातील भांडी घासणारी मोलकरीणही एखाद्या मोठ्या

चित्रकाराची आई ठरायची, नाही कुणी म्हणावे? ती उत्तर हिंदुस्थानातली एखादी गायिकासुद्धा नसेल कशावरून? माडखोलकरांचे 'दुहेरी जीवन' वाचून तो म्हणतो, मनाचे समाधान मिळावे म्हणून लोक जसे निरनिराळ्या धर्मांतील ग्रंथ वाचतात त्याप्रमाणे निरनिराळ्या जातीच्या स्त्रियांशी संबंध आल्यावाचून आयुष्य पूर्ण होतच नाही, असं या बुद्धिवान मुकुंदाला वाटत होतं की काय? की, त्याची ही एक मानसिक विकृती होती? आपल्या ओळखीच्या सर्व माणसांची चरित्रं तो आठवून पाहतो आणि शेवटी 'कल्पित कथा ही सत्याहून अद्भूत असते' हे त्याला कबूल करावे लागतं.

सामान्य वाचकांच्या या प्रकारच्या टीकेत सत्याचा बराच मोठा अंश आहे. ललित वाङ्मय हे एक प्रकारचे मोहक स्वप्न आहे. पण ते जागेपणीचे स्वप्न आहे. ते झोपेत पडलेले स्वप्न नव्हे आणि कुठल्याही प्रकारच्या अजीर्णामुळे पडलेले स्वप्न तर नव्हेच नव्हे. उत्कृष्ट वाङ्मय हे जीवनाचे छायाचित्र असू शकत नाही, पण ते जीवनाचे कल्पकतापूर्ण चित्र वाटावे इतके तरी जीवनात आणि वाङ्मयातल्या चित्रणात साम्य असायला हवे ना? सामान्य मराठी वाचक आपल्या किंवा आपल्यासारख्या हजारो लोकांचे आयुष्य जेव्हा बारकाईने पाहू लागतो तेव्हा त्यातली बहुतेक दुःखे व सुखे आर्थिक आणि भावनात्मक आहेत असे त्याला आढळून येते. पण याच आयुष्यातल्या वेचक प्रसंगांचे चित्रण म्हणून तो नामांकित लेखकांच्या कृती वाचू लागला की त्याचा आपल्या डोळ्यांवर विश्वासच बसत नाही.

त्याला या सर्व कथांत मोहक कला आढळते, सुंदर चमत्कृती दिसते, घटकाभर तो स्वतःला विसरूनसुद्धा जातो. पण अनेक प्रश्न राहून-राहून त्याच्या मनापुढे उभे राहत असतात - अतिरंजनाशिवाय रंजन होऊच शकत नाही काय? विकृतीशिवाय कलाकृतीचे सौंदर्य वाढतच नाही काय? संकुचित किंवा विकृत अशा आत्मनिष्ठ प्रचितीतून भव्य निर्मिती कशी होऊ शकेल? सर्वसामान्य माणसे जशी वागतात, जसा संसार करतात, जशी जगाशी समरस होतात, जशी आयुष्यातल्या सुखदुःखांशी खेळतात आणि जशी एखाद्या ध्येयासाठी थोडीफार धडपड करतात तशी माणसं आजकालच्या कथा-कादंबऱ्यांत विपुलतेने का आढळत नाहीत? साध्यासुध्या माणसांची सुंदर चित्रं रेखाटायचं सोडून हे कलावंत त्यांची व्यंगचित्रं किंवा भडक रंगांनी रंगविलेली चित्रंच का काढीत बसले आहेत? वाङ्मयाच्या बाह्यरंगाकडे पहिले तर पूर्वीच्या चांदीच्या भांड्यांऐवजी आज सोन्याची भांडी आली आहेत. या सोन्याच्या भांड्यांतून अमृत प्यायला मिळेल अशी आमची कल्पना होती. पण अमृत दूरच राहिलं, पूर्वी चांदीच्या भांड्यांतून मिळणारे निर्मळ पाणीही आता मिळेनासं झालं आहे. या सोन्याच्या सुंदर भांड्यांत कसल्या चित्रविचित्र पेयांचं मिश्रण

आजकाल केलं जात आहे? उन्माद आणि उद्‌बोध यांचा संगम साधणे या थोर लेखकांना सर्वस्वी अशक्य आहे काय?

त्याच्या या सर्व प्रश्नांचे उत्तर एकच आहे - सध्याचा काल हा संक्रमणकाल आहे. या कालाने आमच्या कलाकारांची बुद्धी, कल्पना आणि भावना यांचा संगम करण्याऐवजी संकर केला आहे. जगाच्या जीवनप्रवाहाला पदोपदी विलक्षण वळणे मिळत असल्यामुळे विचाराच्या प्रत्येक क्षेत्रात नवनवे भयंकर भोवरे उत्पन्न होत आहेत. या भोवऱ्यांत आमचे ललित साहित्यिक आज सापडले आहेत.

हे सर्व लेखक मध्यमवर्गातूनच पुढे आले आहेत आणि मध्यमवर्गाच्या पद्धतीनेच त्यांची जीवनयात्रा सुरू आहे. लहानाचे मोठे होत असताना श्रमजीवी वर्गापेक्षा संपन्न वर्गाचाच आदर्श त्यांच्या डोळ्यांपुढे उभा होता. झाडाची वाढ त्याला मिळणाऱ्या खताच्या प्रकारावर थोडीफार अवलंबून असतेच असते. वाङ्मय निर्मितीला आवश्यक असलेल्या व्यक्तित्वाचेही तसंच आहे. आमच्या आजच्या लेखकांच्या प्रतिभेवर जे-जे सामाजिक किंवा वाङ्मयीन संस्कार झाले आहेत ते जवळजवळ एका पिढीपूर्वीच्या कला, नीती, संस्कृती, समाजरचना इत्यादिकांच्या कल्पनांचे आहेत. समुद्रातली वाळू जशी कणाकणाने पायाखालून जाते त्याप्रमाणे सर्व सामाजिक कल्पना व मूल्यं पूर्वीप्रमाणे हळूहळू बदलत राहिली असती तर आमच्या लेखकांच्या आजच्या कलाकृतींत इतका विसंगतपणा किंवा विलक्षणपणा आढळला नसता. पण अवघ्या पंचवीस वर्षांत जग दोन महायुद्धांच्या फेऱ्यात सापडलं. दोन तपांत काळ दोन शतकं धावून गेला. विद्युत वेगाने धावणारा हा काळ आमच्या लेखकांना फरफटत आपल्या मागून ओढून नेत आहे; पण त्यांची मनं मात्र अजून मागच्या काळातच रेंगाळत आहेत. लेखनकला ज्या रसाने आपली चित्रं रंगविते, तो मानवी अंत:करणाच्या सुखदु:खांतूनच उत्पन्न होत असला तरी आपलं जीवन आता पूर्वीइतके व्यक्तिनिष्ठ राहिले नाही या कल्पनेचं आमच्या कलाकारांना अजून पूर्ण आकलनच करता येत नाही. समुद्राच्या अफाट विस्ताराला भिऊन नदी कधी मागे फिरली आहे का? काळाच्या प्रवाहाशी कलावंतानेही तसेच समरस झाले पाहिजे. ही समरसता आमच्या आजच्या लेखकांत स्पष्टपणे दिसत नाही इतकंच नव्हे तर, नवी सामाजिक मूल्यं व जुनी वैयक्तिक मूल्यं यांचा जो विलक्षण संग्राम सध्या सुरू आहे त्यात आपण कोणाची बाजू घ्यावी याविषयीही ते साशंक आहेत. या साशंक वृत्तीची उदाहरणं सध्याच्या वाङ्मयात हवी तेवढी मिळतील. आजचे अग्रगण्य कादंबरीकार प्रो. फडके यांची 'इंद्रधनुष्य' ही ताजी कादंबरी घ्या. या कथेत एका तरुणीची प्रेमकथा त्यांना रंगवायची होती. पुरुषाचं प्रेम हे शरीरसुखनिरपेक्ष असावे, ही त्या तरुणीची कल्पना किती चुकीची आहे याचं चित्रण त्यांना करायचं होतं. पण हे चित्रण करताना त्यांनी तिला समाजसत्तावादावरली पुस्तकं वाचायला लावलं आहे आणि खेड्यापाड्यांतल्या

गोरगरिबांविषयी तिच्या अंत:करणाला मधूनमधून तळमळायलाही लावलं आहे. तसं पाहिलं तर मानसशास्त्रातल्या ज्या कोड्यावर त्यांनी ही कादंबरी उभारली आहे त्याचा या विशिष्ट पार्श्वभूमीशी काय संबंध आहे? त्यांनी सरळ नायिकेच्या या किंचित विचित्र अशा प्रेमाची कथा लिहिली असती तर या कथेमध्ये पुरोगामी असं काही नाही असा कुणीतरी आक्षेप घेतला असता. बरं, या आक्षेपाला फडके इतके भितात म्हणावे तर 'उन्माद' कादंबरीत मजुरांचा कैवार घेणारा नायक निर्माण करूनही ते प्रेम, प्रतिष्ठा व देशभक्ती या तिन्ही उन्मादांना एकाच पंक्तीत बसवितात.

फडक्यांसारख्या चतुर कलावंताने असे गोंधळात का पडावे? मसाल्याकरिता जिऱ्यामिऱ्यापासून दगडफुलापर्यंत अनेक जिन्नस गोळा करणाऱ्या गृहिणीप्रमाणे आमच्या कथाकारांनी प्रेम, गांधीवाद आणि मजुरांचा संप या सर्वांचं संमिश्र चित्रण करण्याचा अट्टहास पदोपदी का करावा? आपल्या भोवतालचं जीवन प्रामाणिकपणे रंगविण्याची या कलावंतांना भीती का वाटावी? कुठे शृंगाराचा रंग उथळ, कुठे राजकारणाचा मुलामा दे असे केल्याशिवाय कथा मोहक होतच नाही अशी त्यांची समजूत का व्हावी? 'सिटाडेल' या कादंबरीत एका डॉक्टरचं साधंच आयुष्य क्रोनिनने किती हृदयंगम रीतीने चित्रित केलं आहे! त्यात प्रेम आहे, ध्येय आहे, कटू व्यवहार आहे – सर्व काही आहे; पण ते सर्व वास्तव आहे. सर्वसामान्य वाचकालासुद्धा आपले विचार, आपल्या भावना आणि आपले अनुभव यांचा साक्षात्कार या कादंबरीत झाल्यावाचून राहत नाही. आमच्या कलावंतांनी डॉक्टर, वकील, शिक्षक, न्यायाधीश पुष्कळ पाहिले असतील; पण त्यांचे अशा उत्कट प्रामाणिकपणाने साधेसुधे चित्रण करण्याची कल्पना त्यांना कधी सुचली आहे काय? 'बिवेअर ऑफ ह्यूमन पिटी' या कादंबरीत झ्वाइगने एक विलक्षण विषय घेऊन त्याची किती नवीन दृष्टीने मांडणी केली आहे! 'दुबळी दया जगात उपयोगाची नाही. ती एक प्रकारची मनाची विकृतीच ठरते,' हे त्याने या कादंबरीत काव्यपूर्ण रीतीने विशद केलं आहे, कथानकाची उगीच गुंतागुंत न करताही त्याची ओढ शेवटपर्यंत राहील अशी दक्षता त्याने घेतली आहे आणि प्रत्येक भूमिकेच्या लहानसहान छटा इतक्या नाजूक कलमाने रंगविल्या आहेत की, वाचकाला कशाचे कौतुक करावे नि कशाचे करू नये हेच कळेनासं होतं.

कलात्मक दृष्टीने अशा तोलाच्या किंवा इतक्या वाङ्मयीन मोलाच्या ललितकथा आपल्याकडेही निर्माण होतील; पण त्याकरिता आमच्या लेखकांनी जीवनाच्या संग्रामात पराभूत झालेल्या आजच्या मध्यमवर्गाच्या दृष्टीने जगाकडे पाहायचं सोडून दिलं पाहिजे. आपली आजची कुचंबणा विसरण्याकरिता मध्यमवर्गाला उन्मादक आणि उथळ वाङ्मय हवं आहे. जे आयुष्यात मिळत नाही ते कल्पनेने मिळविण्यासाठी

त्याची धडपड चालली आहे. पराभूत मनुष्याने कुठलीही पळवाट शोधावी यात नवल ते काय? क्षुद्र व क्षुल्लक विषयांवर वरचेवर होणारं वर्तमानपत्री आकांडतांडव, कोण कोणाची टोपी अधिक उंच उडवितो याबाबतीत बुद्धिवंतांमध्ये लागलेली स्पर्धा, शृंगाराच्या नावाखाली वाङ्मयात शिरलेली कलाशून्य कामुक चित्रणे, हास्यरसातला हास्यास्पद उथळपणा या सर्व दोषांचं मूळ मध्यमवर्गाच्या या पराभूत मनोवृत्तीत आहे. या वर्गात अराजक माजलं आहे; पण ते बौद्धिक नसून भावनात्मक आहे. व्यक्तिजीवनाच्या आणि समाजजीवनाच्या परंपरागत कल्पना बदलल्याशिवाय गत्यंतर नाही हे त्याला स्पष्ट दिसू लागलं आहे. पण साप जशी कात टाकतो, त्याप्रमाणे कुठल्याही वर्गाला मनात दृढमूल झालेल्या आणि जीवनाला सुखकारक वाटणाऱ्या कल्पना सुखासुखी टाकून देता येत नाहीत. या रस्सीखेचीत आमचे स्वतंत्र बुद्धीचे लेखकसुद्धा दिङ्मूढ होऊन जात आहेत.

उदाहरणार्थ, य. गो. जोशी यांची 'प्रवासी' ही गोष्ट पाहावी. या गोष्टीतला 'मी' आगगाडीत भेटलेल्या एका भिकाऱ्याशी सहानुभूतीने वागतो आणि त्याला जवळ बसवून चहा प्यायला देतो. पुढे गोष्ट या दृष्टीने काहीच घडत नाही. पण त्या 'मी'ने आपल्या मनातले जे विचारतरंग सांगितले आहेत ते पाहण्यासारखे आहेत. तो म्हणतो,

'आणि मग आमच्या डब्याला एक चर्चेचा विषय मिळाला.

कुणी माझी चेष्टा करू लागले. कुणाला माझ्या या सहानुभूतीचे कौतुक वाटू लागले.

आणि मी मात्र मनात विचार करू लागलो की, 'मी जे त्या भिकाऱ्याशी वागत होतो ती निर्भेळ दया होती का?'

माझे मनच याला होकारार्थी उत्तर देऊ शकत नव्हते.

आपण जी दया दाखवितो ती अगदी निर्हेतुक असते, असं मला तरी वाटत नाही.

ती दया भीतीच्या पोटी उत्पन्न झालेली असते.

आज तो अडचणीत आहे - तो माणूस आहे - आपणही माणूस आहोत - आज तो अन्नान्नदशेत आहे - आपणही उद्या कदाचित - ?'

अशा एका अस्पष्ट विचाराची भीती आपल्या मनाला कंप आणते आणि त्या कंपनानेच आपला हात दातृत्वासाठी आपल्या खिशाकडे वळतो.

या गोष्टीतला 'मी' बुद्धिवान आहे, यात शंकाच नाही. पण त्याने उद्याचा जो विचार केला आहे तो किती संकुचित दृष्टीने! त्याला वाटतं, जग हे असंच चालायचं. जगात लाखो लोक असेच भिकारी राहायचे. त्या अडाणी भिकाऱ्याइतकाच आजचा हा सुशिक्षित 'मी' ही दैववादी आहे. मानवी जीवन ही त्याच्या दृष्टीने एक

सोडत आहे. या सोडतीत चौघांना मोठी बक्षिसं मिळायची आणि चार हजारांनी हात हलवीत बसायचं असं विधिलिखितच आहे.

पण तत्त्वज्ञानाचा आव आणणारा हा 'मी' सामाजिकदृष्ट्या अगदी दुबळा आणि आंधळा वाटतो. हाच दुबळेपणा सानेगुरुजींच्या 'सती' या कादंबरीत निराळ्या स्वरूपात आढळून येतो. या कादंबरीच्या प्रस्तावनेत पुरुषत्वहीन पतीशी दुर्दैवाने जखडल्या जाणाऱ्या स्त्रियांचे दु:ख लेखकाने स्वत:ला माहीत असलेल्या सत्यकथा देऊन वर्णन केलं आहे. पण त्यानं जी कथा लिहिली आहे तिच्यात मात्र अशाच प्रकारच्या एका तरुण स्त्रीची आपल्या म्हाताऱ्या नवऱ्यावरली उत्कट भक्ती चित्रित करून ती पतीच्या शवाबरोबर सती जाते असं त्याने दाखविलं आहे. जवळजवळ अद्भूतरम्य वाटणारी ही गोष्ट आपल्या कुशल कलमानं रंगविण्यापेक्षा प्रस्तावनेत ज्या दुर्दैवी स्त्रियांचा उल्लेख केला आहे, त्यांच्यापैकी एकीची करुणकथा रंगविण्यात साने गुरुजींनी आपली शक्ती खर्च केली असती तर? तर ती कथा क्वचित इतकी उदात्त ठरली नसती. चारी बाजूंनी कोंडमारा झालेला मध्यमवर्ग आज ज्या अनेक पळवाटा शोधत आहे त्यातलीच स्वप्नाळू उदात्तता ही एक आहे. पण सर्वसामान्य माणसाच्या जीवनाच्या दृष्टीने स्वप्नाळू उदात्तता ही मोहक विकृततेइतकीच भ्रामक आहे. गांधीवादावर राजकारणी दृष्टीने अनेक मराठी कादंबरीकारांनी हल्ला चढविला आहे. पण त्याचा महत्त्वाचा भाग असलेला हा मोहक उदात्तपणा सामान्य मनुष्याच्या जीवनाशी किती विसंगत आहे आणि त्याच्या विकासाला तो कसा मारक होत आहे हे मात्र अद्यापि कुणीच दाखविलेलं नाही.

फडके, माडखोलकर, अत्रे, य. गो. जोशी, सानेगुरुजी वगैरे आजच्या अत्यंत लोकप्रिय लेखकांच्या ललितकथांच्या या ओझरत्या दर्शनावरून एक गोष्ट स्पष्ट दिसून येईल. या पिढीचे लेखन अतिशय वेधक होत आहे; पण त्याच्यात भेदकपणा मात्र नाही. आमचे ललित लेखक चालू काळचे चित्रकार आहेत; पण भविष्याचे शिल्पकार नाहीत. कलाकाराच्या प्रतिमेवर सामाजिक जीवनाचे कलम होणे आवश्यक आहे. याबाबतीत आता वाद उरलेला नाही. पण असलं कलम फार नाजूक हातानं करावं लागतं, हे अजून अनेक नामवंत लेखकांना उमगलेले नाही. धसमुसळेपणाने कलम बांधल्यामुळे मूळ झाड दुखावले गेले अशीच उदाहरणे फार! शिवाय, जे कलम करावयाचे त्याचे गुणावगुण जाणण्याची पात्रताही कमी! काहीतरी नवीन हवे, ही तळमळ अत्यंत तीव्रतेने उत्पन्न झाली आहे; पण ते नवीन काय आहे याची स्पष्ट कल्पना मात्र कुणाही लेखकाला नाही. कुणी नवमतवादाच्या निशाणाखाली कामविकृतीची चित्रे रेखाटीत आहेत, कुणी पुरोगामी वाङ्मयाची पाटी लावून लाठीमारापेक्षा नायिकेच्या प्रेमकटाक्षानेच नायक अधिक घायाळ झाल्याचे दाखवीत आहेत, तर कुणी जीवनसंग्रामातल्या सैनिकांना संदेश म्हणून 'खा, पी आणि मजा कर' या

महामंत्राचा उपदेश करीत आहेत.

यापैकी अनेक लेखकांना आपण बंडखोर आहोत, असा अभिमान वाटतो. पण व्रात्यपणा म्हणजे बंडखोरपणा नव्हे. पतंग कितीही उंच गेला म्हणून तो काही विमानाची बरोबरी करू शकत नाही. नवीनपणामुळे आकर्षक वाटणारा कुठलाही बदल ही क्रांती होऊ शकत नाही. उत्कृष्ट लेखकाची कला ही तपस्येच्या पोटी जन्माला आलेली असते. पण ही तपश्चर्या 'ज्याच्या डोक्यावर मी हात ठेवीन तो भस्म झाला पाहिजे' असा वर मागून घेणाऱ्या भस्मासुराची नसते, तर पाताळात दग्ध होऊन पडलेल्या पितरांचा उद्धार व्हावा म्हणून स्वर्गातून गंगेला खाली उतरायला लावणाऱ्या भागीरथाची असते.

आमचे आजचे लेखक अशी उज्ज्वल तपश्चर्या करीत आहेत काय? अभूतपूर्व अशा आगामी समाजक्रांतीची स्वप्ने पाहण्याइतकी दिव्य दृष्टी त्यांनी प्राप्त करून घेतली आहे काय? बंडखोर मनुष्याच्या पायात कालाच्या पुढे धावण्याची शक्ती असावी लागते, हे त्यांनी ओळखले आहे काय?

या सर्व प्रश्नांची उत्तरे होकारार्थी आली असती तर जीवन हे एक विलासमंदिर आहे, असल्या कल्पनांशी आमचे कलाकार खेळत बसले नसते. मूर्तीभंजनाची अत्यंत आवश्यकता असलेल्या या काळात प्रीतीच्या परदेशी पुतळ्यांची पूजा करीत बसण्यात आम्हालाही आनंद वाटला नसता. गांधीवाद ही नुसती आंधळी कोशिंबीर आहे, अशी टीका करून कृतकृत्य होण्यातच आमच्या बुद्धिमंतांना धन्यता वाटली नसती. कारुण्याच्या महापुरात समाज बुडून जात असताना त्याची प्रतिबिंबे म्हणून शृंगार आणि हास्य यांना प्राधान्य देणारी चित्रं काढण्यात आमचे प्रतिभावंत रंगून गेले नसते.

शृंगार आणि हास्य या रसांचे महत्त्व मी मुळीच कमी मानीत नाही. व्यक्तिजीवनात त्यांचं स्थान अलौकिक आहे. शृंगार ही जशी जीवनाची संजीवनी आहे, त्याप्रमाणे हास्य हा आयुष्यातला कल्पवृक्ष आहे. पण व्यक्तिजीवनात सौंदर्य आणि माधुर्य आणणारे हे दोन रस आज ज्या पद्धतीने आळविले जात आहेत त्या पद्धतीत आणि दु:ख विसरण्याकरिता दारूचा प्याला तोंडाला लावणाऱ्या बुद्धिमान मनुष्याच्या वर्तनात काय अंतर आहे? जीवनाच्या प्रत्येक क्षेत्रात - मग ते प्रीतीचं असो, कीर्तीचं असो, कर्तृत्वाचं असो अथवा पैशाचं असो मध्यमवर्ग पराभूत होऊन माघार घेत आहे. या पराभवाचं शल्य कुठल्यातरी उन्मादात विसरून जावं अशी तो धडपड करीत आहे आणि आजचे अनेक लेखक त्याची ही मागणी पुरविण्याकरिता शृंगार आणि हास्य यांची चित्रं जणूकाही कालिदासाच्याच काळात आपण आहोत अशा कल्पनेनं रंगवीत आहेत.

शृंगार आणि हास्य हे मुख्यत: व्यक्तिनिष्ठ रस आहेत हे मला मान्य आहे. पण

मानवजातीच्या बाल्यावस्थेत त्यांचं जे स्वरूप होतं तेच आज कायम ठेवण्याचा आमचा अट्टहास चुकीचा नाही का? विलासी वातावरणात वाढलेल्या श्रीमंत लोकांकरिता ज्या वेळी कवी काव्ये करीत होते, त्यावेळच्या शृंगाराचे कित्ते गिरवून नव्या-नव्या पुस्त्या काढण्याचे काम आमच्या लेखकांनी आता बंद करायला नको काय?

आजच्या समाजाला शृंगार हवा आहे; पण तो भूल म्हणून नको आहे, गुंगी आणणारे मद्य म्हणून नको आहे! दमल्याभागल्या जिवाला ताजेतवाने करणारे निर्मळ पाणी म्हणून तो हवा आहे. आजच्या समाजाला मोहांध करणाऱ्या कामकथा नको आहेत, त्याच्या उघडलेल्या डोळ्यांना जीवनाचं सत्यस्वरूप दाखविणाऱ्या प्रेमकथा हव्या आहेत. ज्या प्रीतीमध्ये पंचमहाभूतांची शक्ती साठविलेली असते तिचं दर्शन घेण्याला तो उत्सुक झाला आहे. प्रेम हा रोग नाही, ते औषध आहे - अगदी गोड औषध आहे - या सत्याच्या प्रचितीकडे तो आशाळभूतपणाने डोळे लावून बसला आहे. इंद्रधनुष्याप्रमाणे प्रीतीमध्ये जे विविध रंग आहेत त्यांचे चित्रण आजच्या आपल्या वाङ्मयात विपुलतेने होऊ लागले, प्रणयकथेइतकेच प्रपंचकथेलाही जर कलाकारांनी महत्त्व दिलं, प्रीतीचा उगम शारीरिक आकर्षणात असला तरी तिचा विस्तार मनामनांच्या मिळणीनेच होतो; वेलीला फूल यावे त्याप्रमाणे उपभोगातूनही भक्ती उदय पावू शकते इत्यादी जीवनातले खोल अनुभव जर आमच्या कलावंतांनी आत्मीयतेने चित्रित केले तर ते काय वाचकांना आवडणार नाहीत?

शृंगाराइतकाच हास्यरस व्यक्तिनिष्ठ नाही. कामविषयक विकृती आणि वैयक्तिक विडंबने यांच्याभोवती पिंगा घालीत राहिल्यामुळे त्याचे सामाजिक महत्त्व ज्या कुणाला पटत नसेल त्याने चॅप्लीनचे 'मॉडर्न टाइम्स' आणि 'ग्रेट डिक्टॅटोर' हे दोन चित्रपट अवश्य पाहावेत. हे सामर्थ्य मराठी कथाकारांनी पैदा केलं पाहिजे. समाजवृक्षावर वाढलेली सर्व बांडगुळं हसतहसत छाटून टाकण्याचं केवढं तरी मोठं कार्य आजच्या पिढीला करावयाचं आहे. आपल्या राजकारणापासून आपल्या वैयक्तिक जीवनापर्यंत जी नवी-नवी ढोंगं नित्य निर्माण होत आहेत त्यांचा परिणामकारक परिस्फोट करायला हास्यासारखं दुसरं हत्यार नाही. पण असा अभिजात हास्यरस निर्माण करण्याचं काम अजून आमचे कलावंत हातीच घेत नाहीत. शेतात तण पेरावं लागत नाहीत, ते आपोआपच उगवतं. त्याप्रमाणे केवळ कामविकाराला चाळविणारा शृंगार काय किंवा विडंबनबुद्धीला भुलविणारा हास्यरस काय वाङ्मयात विपुल प्रमाणात उत्पन्न होत असतो. या दोन्ही रसांची उच्च, कलात्मक आणि अभिजात निर्मिती करण्याचे कामच कठीण आहे. पण तशा प्रकारची निर्मितीच वाङ्मय आणि समाज या दोघांचेही वैभव वाढवायला समर्थ होईल.

शृंगार आणि हास्य यांहून अधिक व्यापक स्वरूपाचे तीन रस आहेत - करुण,

वीर व वत्सल. या तिन्ही रसांचा व्यक्तिजीवनाशी निकटचा संबंध असला तरी सामाजिक रस या दृष्टीने त्यांचं महत्त्व आज शतपटीनं अधिक आहे. पण हे रस आजच्या आपल्या वाङ्मयात कितीसे आळविले जात आहेत? सकाळी हातात पडणारं वर्तमानपत्र उघडून त्याच्यावर नजर टाकली तर दीनवाण्या जगाची करुण मूर्ती डोळ्यांपुढे उभी राहते. रानात वणवा पेटलेला असावा, मोठमोठे वृक्ष कडाडत कोसळून पडत असावेत आणि भयभीत झालेल्या पाखरांच्या पंखांचा फडफडाट आणि त्यांच्या चिमण्या पिलांचा चिवचिवाट तेवढा ऐकू येत असावा! दररोज लढायांच्या बातम्या वाचताना हे दृश्य कुणाच्या डोळ्यांपुढे उभं राहत नाही? गोकुळात वाढणाऱ्या कृष्णाला मारायला गेलेल्या पूतनेप्रमाणे जगातल्या माणुसकीच्या नरडीला नख देण्याकरिता आज झोटिंगशाही थैमान घालीत आहे. कृष्णाचा वध करायला गेलेल्या पूतनेचा जसा त्याच्या हातूनच वध झाला, तसा या माणुसकीच्या हातूनच या झोटिंगशाहीला मृत्यू येईल यात शंका नाही. पण अजूनही माणुसकी झोपी गेली आहे. तिला जागं करायला करुणरसाचे आर्त स्वरच हवेत. मग ते सूर आपल्या समाजातल्या विषमतेचं वर्णन करोत, त्या विषमतेनं माणसाला माणूस म्हणून जगणं कसं अशक्य करून सोडलं आहे हे सांगोत अथवा महायुद्धाच्या ज्वाळांत ज्यांची राखरांगोळी होत आहे अशा सर्व सुंदर गोष्टींची विलापगीतं गावोत?

करुणरसाचा हा सामाजिक आविष्कार आपल्या आजच्या वाङ्मयात कितीसा सापडतो? काही भूतदयावादी लेखकांनी रेखाटलेली दलितवर्गाची सरस चित्रं आणि गोरगरिबांचा कैवार घेण्याची रूढी लोकप्रिय होऊ लागल्यामुळे निघू लागलेल्या त्या चित्रांच्या पुसट नकला यांच्यापलीकडे मराठी प्रतिभेने आता पुढे पाऊल टाकायला नको काय?

मात्र हे पाऊल टाकताना एक दक्षता घेतली पाहिजे. मध्यमवर्गाच्या निराश दृष्टिकोनातून आमच्या लेखकांनी जगाकडे पाहून चालणार नाही. त्या दृष्टिकोनांचा परिणाम निष्क्रिय, दुबळ्या आणि स्वप्नाळू चित्रणात होतो. प्रेमभंग झाल्यामुळे जीव देणारा नायक आणि बापाला हुंडा द्यायचे त्राण नाही म्हणून स्वत:ला जाळून घेणारी नायिका ही खोटी माणसं नाहीत; पण असल्या दुबळ्या जिवांची चित्रं पाहून डोळ्यांत अश्रू उभे राहिले तरी त्यांत तेज चमकणार नाही. करुणरसाच्या सामाजिक आविष्काराने माणुसकी नुसती जागृत करून आता चालणार नाही. त्या माणुसकीला एका मोठ्या लढाईला तयार केलं पाहिजे. अज्ञानाशी, दारिद्र्याशी, विषमतेशी, झोटिंगशाहीशी, माणसाला माणूस होऊ देण्याच्या आड येणाऱ्या प्रत्येक रूढीशी, अन्यायाशी आणि राक्षसाशी ही लढाई व्हायची आहे. मानवतेविषयी मनामध्ये नि:सीम वात्सल्य उत्पन्न झाल्यावाचून आणि त्या वात्सल्याची कारुण्याला जोड मिळाल्यावाचून वीररसाला सामाजिक अधिष्ठान मिळत नाही. आपल्या आजच्या वाङ्मयात त्याचे जे अगदी

अंधुक आणि कृत्रिम चित्रण आढळते, त्याची कारणे गेल्या वीस वर्षांच्या आपल्या अश्रद्ध, ध्येयहीन जीवनात आहेत. चिपळूणकर-टिळकांनी स्वदेशभक्तीचे जे धडे महाराष्ट्राला शिकविले ते कानात घुमत असल्यामुळेच परांजपे आणि खाडिलकर यांच्या ललितकृतींतून तेजाने रसरसलेले वाङ्मय बाहेर पडले. राजवाडे आणि आगरकर यांनी सामाजिक सुधारणेचं जे तत्त्वज्ञान महाराष्ट्राला सांगितलं त्याचा रम्य आविष्कार हरिभाऊ आपटे आणि श्रीपाद कृष्ण कोल्हटकर यांच्या वाङ्मयांतून झाला. केळकर आणि वामनराव जोशी यांनी व्यवहार व तत्त्वज्ञान या भिन्न दृष्टिकोनांतून या प्रगतिपर विचारांना जसा हातभार लावला, तसा गडकरी व वरेरकर यांनी काव्य व प्रचार या अगदी भिन्न मार्गांनी त्यांचा यथाशक्ती पुरस्कार केला.

अशा स्थितीत १९२०मध्ये भारताच्या राजकीय क्षितिजावर गांधीजींचा उदय झाला. त्यांच्या तत्त्वज्ञानात टिळक व आगरकर यांच्या बहुतेक आकांक्षांचा समावेश झाला होता. पण त्याची मोहिनी महाराष्ट्राला पडली नाही; कारण या नव्या तत्त्वज्ञानाचे अधिष्ठान बुद्धी नसून अंधश्रद्धा होती. बुद्धिवाद्याने प्रेमाने स्वागत करावे इतका गांधीवादाचा आत्मा स्वच्छ व स्पष्ट नाही. त्याच्यात गूढताच अधिक आहे. एक अगदी साधे उदाहरण पाहा. बालविधवा पाहून गांधीजींचे मन अनुकंपेने द्रवून जाते, ते पुनर्विवाहाचा पुरस्कारही करतात. पण दारिद्र्याशी संततिनियमनाचा पुरस्कार करणे आज आवश्यक आहे असे कुणी म्हटले तर ते मात्र त्यांना पटत नाही. अधिक संतती नको असेल तर विवाहित जोडप्याने नैष्ठिक ब्रह्मचर्य पाळावे, असा ते हसतमुखाने उपदेश करतात.

व्यक्ती या दृष्टीने बुद्ध किंवा ख्रिस्त यांच्याप्रमाणे गांधी ही एक युगप्रवर्तक विभूती आहे हे महाराष्ट्राने आनंदाने मान्य केले. पण प्रभावी व्यक्तित्व म्हणजे मार्गदर्शक तत्त्वज्ञान नव्हे, असे त्याला मन:पूर्वक वाटत होते. व्यक्तिजीवनाची सर्व उच्च मूल्ये समाजजीवनाला लावून एका बलाढ्य साम्राज्यशाहीवर विजय मिळविणे किंवा चाळीस कोटींचे एक नवे स्वतंत्र राष्ट्र निर्माण करणे शक्य नाही असे त्याची सदसद्विवेकबुद्धी म्हणत होती. व्यक्तीच्या जीवनात आत्मिक जाणिवेला थोडाफार अर्थ असला तरी सामाजिक जीवनात ती एक अर्थशून्य गोष्ट होते. भौतिक मूल्यं हीच खरी सामाजिक मूल्यं होत, या गोष्टीकडे गांधीजींनी पहिल्यापासून कानाडोळा केला आहे.

याचा परिणाम व्हायचा तोच झाला. महाराष्ट्राने गांधीजींना राजकारणात साथ दिली ती दुभंगलेल्या मनाने - त्यांच्या तत्त्वज्ञानाचा प्रचार केला तोही अडखळणाऱ्या जिभेनं. महाराष्ट्राची बुद्धी गांधीजींच्या मागून नि:शंक मनाने कधीच गेली नाही आणि महाराष्ट्राची वाणी पूर्ण आत्मीयतेने कधी चरकागीतही गाऊ शकली नाही.

या परिस्थितीचा परिणाम मराठी वाङ्मयावरही झाला. ध्येयाचे स्फूर्तिदायक

निशाण समोर नसल्यामुळे १९२० ते १९३० या दशकात सर्व उदयोन्मुख साहित्यिक कलेच्या ध्वजाखाली गोळा झाले. रविकिरण मंडळाचे काव्य, फडक्यांच्या कादंबऱ्या आणि आजच्या अनेक लोकप्रिय लघुकथा लेखकांच्या आरंभीच्या कथा याच काळात निर्माण झाल्या आहेत.

- पण केवळ कलेच्या विकासाने प्रतिभेचे पूर्ण समाधान होऊ शकत नाही. तिला काहीतरी चुकल्याचुकल्यासारखे वाटू लागते. देहाच्या शृंगाराने मनाची भूक भागत नाही. महालातल्या मंचकावर पडलेल्या विलासी राणीला खिडकीतून दूरवर दिसणाऱ्या देवळाच्या शिखराकडे पाहून हुरहूर लागावी अशी तिची स्थिती होते. वात्सल्यावाचून जशी स्त्रीच्या जीवनाला पूर्णता येत नाही, तसा ध्येयवादावाचून प्रतिभेलाही पुरा बहर येत नाही. १९३० ते १९४३ या दशकातल्या मराठी वाङ्मयात लेखकांच्या या मन:स्थितीचे निश्चित प्रतिबिंब पडले आहे. पण हे प्रतिबिंब अंधुक आहे - ते गोंधळलेल्या मनाचे द्योतक आहे. नाहीतर १९३०च्या सत्याग्रहाच्या चळवळीच्या प्रचंड लाटांचे प्रतिध्वनी मराठी वाङ्मयात विपुल प्रमाणात ऐकू आल्यावाचून राहिले असते काय?

गांधीजींची दांडीयात्रा हा एका दृष्टीने महाकाव्याला योग्य असा विषय होता. पण मेळ्याची पदे करणाऱ्या कवीपेक्षा अधिक उच्च दर्जाच्या महाराष्ट्रीय प्रतिभावंतांना तो स्फूर्ती देऊ शकला नाही. १९३२-३३पासून आमचे लेखक या चळवळीचा उपयोग आपल्या कथा सजविण्याकडे करू लागले. तुरुंगात जाणे अथवा लाठीमारात सापडणे इत्यादी गोष्टींनी नायकाच्या अगर नायिकेच्या स्वभावचित्राला उठाव आणण्याची सोय झाल्यामुळे मराठीतल्याच काय, पण हिंदुस्थानातल्या बहुतेक सर्व लेखकांनी मनातल्या मनात सत्याग्रह संग्रामाबद्दल गांधींचे आभार मानले असतील; पण मराठी कथाकार या संग्रामाच्या तत्त्वज्ञानाशी समरस कधीच झाले नाहीत. या विराट राष्ट्रीय आंदोलनातली कल्पनारम्यता संपते न संपते तोच राजकीय क्षेत्रात गांधीवादावर हल्ले चढू लागले या हल्लांचे प्रतिध्वनी मराठी कथावाङ्मयातही भराभर ऐकू येऊ लागले. या सर्व टीकांतून एक गोष्ट स्पष्ट दिसते - महाराष्ट्राला अजून कोणत्याही नव्या ध्येयाचे आकर्षण वाटत नाही. मराठी कथेला वातावरणाचा अद्ययावतपणा आणण्याचे आणि तिला थोडीफार राजकीय डूब देण्याचे कार्य गांधीवादावरल्या टीकेने झाले असेल; पण हरिभाऊ आपटे आणि खाडिलकर यांनी ज्या जिव्हाळ्याने आपल्या कथा लिहिल्या तो जिव्हाळा आजकालच्या कुठल्याच कलाकृतीत दिसून येत नाही. आपले बहुतेक कथाकार बखरकार आणि टीकाकार होऊ पाहत आहेत.

कथाकार जीवनाचा टीकाकार झाला तरी त्याची टीका विधायक असायला हवी, त्याला उद्याची स्वप्ने रंगविता यायला हवीत, त्याला नवी सृष्टी निर्माण करता यायला हवी. पण आजकालच्या आमच्या कथा निर्मितीच्या या निकषावर घासल्या

तर त्यात हीणच अधिक भरले आहे असे आढळून येईल. नदीचे पात्र आटल्यावर पात्रात ठिकठिकाणी खड्डे खणून लोक जसे कष्टाने थोडे-थोडे पाणी पैदा करतात त्याप्रमाणे आम्ही कलावंत इकडून तिकडून गोळा केलेल्या या प्रसंगांनी आपली कथानके सजवीत आहोत. या सजावटीत भरदारपणा नाही, भव्यता नाही, वैचित्र्य नाही आणि प्रो. फडक्यांचा एकुलता एक अपवाद सोडला तर रेखीव रचनेचे कौशल्यही नाही. फडक्यांचा राजाभाऊ किंवा माडखोलकरांचा सर महादेव ठाकूर यांच्यासारख्या अलीकडल्या जिवंत स्वभावचित्रांची यादी करू लागल्यास हाताच्या सर्व बोटांनासुद्धा तसदी पडणार नाही.

असं का व्हावं? फडक्यांची प्रतिभा काय हरिभाऊ आपट्यांच्या प्रतिभेपेक्षा कमी दर्जाची आहे? अत्र्यांची कल्पकता काय अच्युतराव कोल्हटकरांची बरोबरी करू शकणार नाही? माडखोलकरांचे वाङ्मयगुण काय शिवरामपंत परांजपे यांच्या सोबत तुलना पावू शकत नाहीत?

आमच्यात आज प्रतिभेची उणीव नाही; जीवनाच्या व्यापक जाणिवेची उणीव आहे. कलोपासनेला लागणाऱ्या उत्कट प्रामाणिकपणाची उणीव आहे. वाङ्मयनिर्मिती ही एक प्रकारची तपश्चर्या आहे हे आम्हांला कळते; पण वळत मात्र नाही. कुठलीही तपश्चर्या पुरी झाली तर सिद्धी प्राप्त होते; पण ती मधेच भंग पावली की, सारे कष्ट फुकट जातात, हा अनुभव आम्ही पदोपदी विसरत आहोत. लहान मुलांमध्ये कोण लवकर जेवतो अशी स्पर्धा लागावी, तशी थोर साहित्यिकांत कोण किती वेळात लिहितो याची जणूकाही शर्यतच लागली आहे. या यांत्रिक घाईच्या मुळाशी लेखकांचे दारिद्र्यच असतं तर गोष्ट निराळी! पण दारिद्र्यापेक्षाही अंध आत्मविश्वास आणि कलेला आवश्यक असणाऱ्या उदात्त उन्मादाचा अभाव हे दोषच आजच्या वाङ्मयाला अधिक नडत आहेत. 'अर्धांगी' चित्रपटातला 'झटपट विद्यालय' काढून विद्यार्थ्यांच्या एका वर्षात सात इयत्ता पुऱ्या करणारा दामू मास्तर आम्हांला हास्यास्पद वाटतो, पण वाङ्मयनिर्मिती करताना आपणही दामूमास्तराचेच अनुकरण करीत आहोत याचे मात्र आम्हांला भान राहत नाही. कुणाच्याही विपुल लेखनाबद्दल माझी तक्रार नाही. पण इमारत जेवढी उंच उठवायाची असेल, तेवढा पायाही खोल खणावा लागतो, या गोष्टीचे आमच्या कलाकारांना स्मरण आहे कुठे?

उत्कृष्ट वाङ्मय हा भावनाशील हृदयाचा उचंबळून आलेला उद्गार असतो. या उद्गारात जगातलं दुःख आणि दैन्य पाहून असह्य वेदनेने तळमळणाऱ्या आत्म्याचा आक्रोश हवा, जगातली ढोंगं आणि सोंगं पाहून हसणाऱ्या मनाचा खळखळाट हवा, जगातले धैर्य आणि शौर्य पाहून उत्साहाने टाळ्या पिटणाऱ्या हृदयाचा उत्कट आनंदही हवा. हा आक्रोश, हा खळखळाट आणि हा आनंद आजच्या आमच्या ललितकथेत कमी प्रमाणात आढळतो याचं कारण एकच आहे — आमच्या

साहित्यिकांचं संकुचित व्यक्तित्व. सबंध गावाला पाणी पुरविण्याकरिता गावाजवळच उंचावर जसा पाण्याचा खजिना बांधावा लागतो, त्याप्रमाणे सर्व समाजाला आपल्या सजीवतेने हालवून सोडणाऱ्या ललितकथेच्या निर्मात्यांनी आपल्या मनाची उंची आणि अनुभवांचा साठा ही नेहमी वाढत राहतील अशी दक्षतेने काळजी घेतली पाहिजे. या बाबतीत आजचा एकही कथाकार हरिभाऊंची बरोबरी करू शकत नाही. विकासशील व्यक्तित्वाशिवाय ललितलेखक द्रष्टा होऊ शकत नाही. पण या महत्त्वाच्या गोष्टीकडे दुर्लक्ष झाल्यामुळे आजच्या सुंदर ललितकथांत समाजाच्या विशाल आणि सखोल चित्रणापेक्षा आत्मचरित्र व कल्पनारम्यता यांचंच विलक्षण मिश्रण झालेलं आढळतं. जमीन भाजून काढली की, तिच्यात ज्याप्रमाणे चांगलं पीक येतं, त्याप्रमाणे लेखकाचं व्यक्तित्व जगातल्या विविध अनुभवांशी समरस होऊन घोळून आणि पोळून निघाले म्हणजे सामान्य मनुष्याला न दिसणाऱ्या गोष्टी त्याला दिसू लागतात – उज्ज्वल भविष्याची भव्य चित्रं त्याच्या डोळ्यांपुढे नाचू लागतात.

हा भव्यपणाचा गुण आमच्या आजच्या ललितकथेत तर नाहीच; पण १९२०-१९३० या कालखंडात तिने संपादन केलेले कलासौंदर्यही ती टिकवू शकेल किंवा काय याविषयी रसिकांच्या मनात शंका उत्पन्न होऊ लागली आहे. केवळ कलाविलासाने कुठल्याही साहित्यिकाला आत्मप्रकटनाचा अनिर्वचनीय आनंद मिळत नाही हे खरं असलं तरी कला आणि प्रचार यांचे जबरदस्तीने लग्न लावून त्या दोघांच्या दररोजच्या भांडणांनी कान किटवून घेण्यापेक्षा लेखकाने आपल्या कलेला कुमारिका ठेवणे अधिक बरं, हा कटू अनुभव सध्याच्या अनेक नीरस ललितकथा देत आहेत. शालजोडी आणि घोंगडी ही दोन्ही आपापल्यापरी सुंदर आणि उपयुक्त अशी वस्त्रं आहेत. पण ह्या दोन्हींचा निम्मा निम्मा भाग घेऊन त्यांची गोधडी शिवली तर ती नुसती विशोभीतच दिसणार नाही तर ती निरुपयोगीही होईल. आजची सर्वसामान्य मराठी ललितकथा अशीच धेडगुजरी झाली आहे. ती परिणामकारक प्रचारही करू शकत नाही आणि कलेचा रम्य आविष्कारही करू शकत नाही. कलेचा उगम संघर्षाइतकाच संगमात आणि संग्रामात आहे या गोष्टीकडे दुर्लक्ष झाल्यामुळे कित्येकांकडून कथनकलेची इतकी विलक्षण विटंबना होत आहे की, तिला पाहून दुःशासनाने दरबारात ओढीत आणलेल्या द्रौपदीलासुद्धा आपली स्थिती बरी असं वाटावं.

आजच्या ललितकथेचे हे मोठे दोष दूर झाले तरीही आमचे ललित लेखक जोपर्यंत ध्येयशून्य राहतील, आकाशात डौलाने फडफडणारे सर्वस्पर्शी सामाजिक क्रांतीचे निशाण उभारून त्याच्याभोवती गोळा होण्याऐवजी आपापली चिमुकली आणि चित्रविचित्र निशाणे घेऊन त्यांच्यासाठी लुटुपुटीची लढाई करण्यातच जोपर्यंत त्यांना समाधान वाटत राहील, सामान्य माणसाचे आयुष्य हा आंधळ्या कोशिंबिरीचा

खेळ आहे, असे समजून जोपर्यंत ते बुद्धीप्रधान बडबड करणारी बाहुली किंवा विकृतीने रंजविणारी विलक्षण चित्र रंगवीत राहतील, तोपर्यंत आमच्या ललितकथेचे अधिक कलात्मक आणि अधिक परिणामकारक स्वरूप दृष्टीला पडणे अशक्य आहे. स्वत:ला बंडखोर म्हणविणाऱ्या सर्व मराठी ललितलेखकांच्या अंत:करणात डोकावून पाहावे. प्रत्येकजण अगदी सामान्य सुधारक आहे असे आढळून येईल. जीवनाच्या वणव्याची वाढती आग पाहून काल्पनिक प्रेममंदिरात पळून जाणारे, या आगीचे चटके विसरण्याकरिता उत्तान विनोदाच्या कारंजाखाली जाऊन बसणारे, भ्रामक तत्त्वज्ञानाचा पडदा डोळ्यांपुढे धरून या आगीपासून आपले रक्षण होईल असे मानणारे आणि भूतदयेच्या तुषारांनी हा वणवा विझेल अशी आशा बाळगून धडपडणारे असे अनेक प्रकार या दुबळ्या सुधारकांत दिसून येतील. पण त्यांच्यापैकी कुणाचेही वाङ्मय आजच्या काळाच्या अपेक्षा पुऱ्या करू शकणार नाही. सामाजिक क्रांती जवळ आणणारे वाङ्मय या लेखकांच्या हातून निर्माण होणार नाही असे नाही; पण त्याआधी एक क्रांती होणे आवश्यक आहे. ती क्रांती आम्हा लेखकांच्या हृदयातच व्हायची आहे. व्यक्तिजीवनाचे सौंदर्य आणि स्वातंत्र्य लुप्त करणाऱ्या सर्व गोष्टींची आम्हांला चीड येते. पण एक गोष्ट आम्ही नेहमी विसरून जातो. व्यक्तिजीवनाचे सौंदर्य आता व्यक्तीवर अवलंबून नाही, ते समाजावर अवलंबून आहे – समाजजीवनाच्या सौंदर्यावर आणि स्वातंत्र्यावर अवलंबून आहे. समाजजीवनात सौंदर्य, सामर्थ्य आणि साधुत्व यांचा संगम साधणे हेच आता आपले तत्त्वज्ञान आहे. लुळ्यापांगळ्या झालेल्या मध्यमवर्गाचे अश्रू दाखवून आणि उसासे ऐकवून किंवा त्याला दु:खाचा विसर पडावा म्हणून अश्लहास्य आणि असत्य तत्त्वज्ञान यांचा आश्रय करून मराठी ललितकथा यापुढे प्रगती करू शकणार नाही. उद्याचा सुंदर महाराष्ट्र निर्माण करणाऱ्या दिव्य शक्तीत तिला स्थान मिळणार नाही.

ज्ञानदेवाने बहुजन समाजाकरिता गीता मराठीत आणली, तुकारामाने बहुजन समाजाकरिता वरिष्ठ वर्गाच्या दंभावर कोरडे ओढले, बहुजन समाजासाठी टिळकांनी सरकारच्या रागालोभाची काडीभरही कदर केली नाही आणि बहुजन समाजासाठीच आगरकरांनी स्वत:ची प्रेतयात्रा डोळेभरून हसतमुखाने पाहिली. मराठी वाणीची परंपरा इतकी पवित्र, प्रगतिपर आणि प्रभावशाली आहे. आज भोवताली काळोख पसरला असला तरी तो पहाटेपूर्वीचा आहे, हे ओळखण्याचे चातुर्य तिच्या अंगात आहे. या काळोखाला उजळून टाकणाऱ्या अरुणोदयाची गीते गाणे हेच आता तिचे कार्य आहे.

अरुणोदय, नवे युग, नवे जग – कोणतेही नाव दिले तरी यापुढे एकच तत्त्वज्ञान आता मराठी लेखकांना स्फूर्ती देऊ शकेल. या नव्या तत्त्वज्ञानात स्वप्नाळूपणाला जागा नाही आणि विषमतेला थारा नाही. या नव्या तत्त्वज्ञानाच्या प्रभावाने जे जग

निर्माण होईल त्यात एकच जात राहील – ती म्हणजे माणूस! या नव्या जगात एकाच धर्माचा जयजयकार होईल – तो धर्म म्हणजे माणुसकी! या जगातल्या मंदिरात एकाच देवतेची पूजा होईल – ती देवता म्हणजे समता – जीवनाचा विकास करण्याची समान संधी. या जगात प्रीतीला कोणतीही कृत्रिम बंधने अडविणार नाहीत, पण त्याचबरोबर कामतृप्ती हेच मानवी जीवनाचे सर्वस्व मानून तिच्यामागे माणसे वेड्यासारखी धावत सुटणार नाहीत. या जगात अनेक लढाया होतील, पण त्या माणसामाणसांमध्ये होणार नाहीत. त्या मनुष्य आणि निसर्ग, मनुष्य आणि अज्ञान, मनुष्य आणि दारिद्र्य यांच्यामध्ये होतील. या लढाया कदाचित अनेक पिढ्यांना लढाव्या लागतील. पण त्यात आश्चर्य वाटण्यासाखे काय आहे? पृथ्वीतलावर मनुष्य निर्माण झाल्यापासून तो असल्याच लढाया लढत आला आहे. पशुप्रमाणे जगणाऱ्या रानटी जीवापासून आजच्या सुसंस्कृत मानवापर्यंत मानवजातीचा जो विकास झाला तो असल्या अनेक लढायांत मिळविलेल्या विजयांमुळेच. या विजयाचे श्रेय बुद्ध-ख्रिस्तासारख्या धर्मसंस्थापकांना आहे, लुई पाश्चर व एडिसन यांच्यासारख्या संशोधकांना आहे, मार्क्स व फ्राइड यांच्यासारख्या शास्त्रज्ञांना आहे आणि इब्सेन-टॉलस्टॉयसारख्या साहित्यिकांनाही आहे. आज मानवजातीचे विजय अपुरे पडत आहेत. तिला नवे शत्रू उत्पन्न झाले आहेत. पण या नव्या शत्रूंचा नि:पात करून ती भविष्यकाळात सुखी होईल, याविषयी मला मुळीच शंका वाटत नाही. मानवतेचे हे जे नवे मंदिर आखले जात आहे त्याला रानडे, टिळक, आगरकर, रवींद्र, गांधी, हरिभाऊ आपटे, जवाहरलाल, सावरकर, रॉय वगैरे अनेक भारतमातेच्या सुपुत्रांनी हातभार लावला आहे. ते मंदिर लवकर उभारले जावे म्हणून महाराष्ट्राने पुढे सरसावले पाहिजे. महाराष्ट्राचे विचार आणि भावना ज्यांनी अंकित केल्या आहेत त्या साहित्यिकांनी या बाबतीत पुढाकार घेतला पाहिजे.

वर्तमानकाल आणि भविष्यकाल यांच्या क्षितिजावर तरळणारे हे नव्या जगाचे चित्र पाहताना या चित्रात आपले जीवनरंग भरण्याकरिता मराठी ललितकथेने आपला आजचा दुबळेपणा आणि उथळपणा दूर फेकून द्यावा, असे सुचविताना मी एखाद्या स्वप्नात आहे असे अनेकांना वाटेल.

पण मी स्वप्नात नाही. युरोपात वाहणारा निष्पाप मानवी रक्ताचा पूर मला दिसत आहे. हुकुमशाहीच्या राक्षसी टाचांखाली चिरडल्या जाणाऱ्या मानवी संस्कृतीचे आक्रंदन मला ऐकू येत आहे. पण कंसाला ठार मारणारा कृष्ण जसा त्याच्या कारागृहातच जन्माला आला, त्याप्रमाणे या अघोर हुकुमशाहीला नाश करणारे नवे युग मानवतेच्या या छळातूनच निर्माण होईल, अशी मला खातरी वाटते. हे नवे युग निर्माण करण्याच्या कामात मराठी लेखकांनी आघाडीवर असले पाहिजे, आपला मराठी बाणा पुन्हा प्रकट केला पाहिजे एवढेच माझे म्हणणे आहे आणि म्हणूनच

शुद्धलेखनाच्या एकरूपतेपासून महाराष्ट्राच्या एकीकरणापर्यंतचे अनेक व्यावहारिक प्रश्न महत्त्वाचे आहेत याची जाणीव असून, लेखकाच्या दारिद्र्यापासून शास्त्रीय वाङ्मयाच्या दारिद्र्यापर्यंतच्या सर्व प्रश्नांची चर्चा निकडीची आहे हे कळत असून, गेल्या वीस वर्षांत वासंतिक वैभवाने नटलेल्या मराठी वाङ्मयाच्या सौंदर्यापासून लवकरच स्थापन होऊन येत्या वीस वर्षांत साऱ्या महाराष्ट्रावर आपली छाया पसरणाऱ्या महाराष्ट्र विद्यापीठाच्या सामर्थ्यापर्यंत अनेक महत्त्वाचे विषय समोर उभे असून मी आजच्या ललित वाङ्मयातील – विशेषत: ललितकथेतील – वैगुण्यांची चर्चा केली. पाश्चात्य राष्ट्रांप्रमाणे आपल्याकडेही ललित वाङ्मय हाच सामान्य मनुष्याचा धर्म होऊ पाहत आहे. ललितकथा सामान्य मनुष्याच्या आयुष्यात तत्त्वज्ञानाच्या ग्रंथाची जागा घेत आहे. आजचा ललितलेखक हा नुसता भूतकालाचा इतिहासकार किंवा वर्तमानकालाचा चित्रकार नाही; तो भविष्यकालाचा शिल्पकार आहे. रशियातली क्रांती टॉलस्टॉयने शंभर वर्षे अलीकडे आणली असे लेनिन म्हणत असे. आपल्यात आज टॉलस्टॉयच्या योग्यतेचा लेखक नाही, हे खरे. पण अनेक ओढे मिळूनच नदी होत असते. वामनराव जोशी, वरेरकर, चि. वि. जोशी, फडके, माडखोलकर, अत्रे, यशवंत, गिरीश, देशपांडे, काणेकर, य. गो. जोशी, कृष्णाबाई, लक्ष्मणराव सरदेसाई प्रभूती आजचे प्रौढ पिढीतले लेखक आणि नव्या-नव्या संस्कारांच्या बाबतीत त्यांच्यापेक्षाही अधिक भाग्यवान असलेले कुमार रघुवीर, बेडेकर, चोरघडे, शेष, बोरकर, निरंतर, आंबेकर, तळवलकर, कुसुमाग्रज प्रभृती अनेक नामवंत लेखक एका निशाणाभोवती गोळा झाले तर त्यांचं वाङ्मयकर्तृत्व काय टॉलस्टॉयपेक्षा कमी भरेल? मराठी साहित्यिकांच्या या नव्या निशाणावर तीनच छोटी वाक्ये अखंड चमकत राहतील - 'मनुष्य हा परिस्थितीचा गुलाम नाही. तो आपल्या मनाचा गुलाम आहे. मनाच्या शृंखला वाङ्मयच तोडू शकते.''

◆

मित्रहो,

या संमेलनाचे अध्यक्षस्थान मी स्वीकारावे असे सुचविण्याकरिता आपले चिटणीस माझ्याकडे आले त्या वेळी क्षणभर मी गोंधळून गेलो. एका क्षणात धरणीकंपाचे दोन धक्केच बसले म्हणानात माझ्या मनाला! ते दोन्ही धक्के फार छोटे होते खरे; पण धक्का कितीही लहान असला तरी तो धक्काच असतो! आणि त्यातही धरणीकंपाचा धक्का म्हणजे रस्त्याने जाणाऱ्या हत्तीने मोठ्या नाजूकपणाने एखाद्याच्या अंगावरून आपली सोंड फिरविली म्हणून काय तो मनुष्य घाबरल्याशिवाय राहील?

न भरलेले
दक्षिणी संस्थान पत्रकार संमेलन
मिरज.

आनंदाची गोष्ट एवढीच की, माझ्या मनाला बसलेले हे धक्के भीतीचे नसून आश्चर्याचे होते. सांगली किंवा कोल्हापूर यांच्या मानाने मिरज फार लहान गाव आहे. असे असूनही दक्षिणी संस्थानातल्या पत्रकारांचे संमेलन भरविण्याचा उपक्रम या चिमुकल्या शहराने का करावा, असा प्रश्न साहजिकच माझ्यापुढे उभा राहिला. मिरजेत पाण्याचा सदैव दुष्काळ असतो, असे आपण वर्षानुवर्षे ऐकत आलो आहोत. मिरजेत दुसरा धंदा नसला तरी पाणक्याचा धंदा उत्तम चालतो, असे माझे एक विनोदी मित्र नेहमीच म्हणत असतात. तेव्हा या बाबतीत दक्षिण महाराष्ट्रातल्या सर्व पत्रकारांनी मिळून जोराची चळवळ करावी म्हणून तर हा संमेलनाचा बेत मिरजेच्या मंडळींनी मोठ्या मुत्सद्दीपणाने जुळवून आणला नसेल ना, अशी शंका माझ्या मनाला सहजच चाटून गेली. वाटले, पत्रकार हा जरी साऱ्या जगाचा जवळचा नातलग असला तरी 'परदुःख शीतल' या म्हणीला तो सुद्धा अपवाद होऊ शकत नाही. तेव्हा संमेलनासारख्या सोज्ज्वळ निमित्ताने आजूबाजूच्या पाच-पन्नास पत्रकारांनी मिरजेत यावे – एक दिवस का होईना, दोन तांबे पाण्यात कराव्या लागणाऱ्या

काकस्नानाचे वैभव त्यांना दाखवावे आणि गाड्यावरून कष्टाने आणलेल्या चार घागरींचे सुख कसे असते हे त्यांच्या अनुभवाला आणून द्यावे म्हणजे ते मुकाट्याने पिढ्यान्पिढ्या चालत आलेले हे गाऱ्हाणे दूर करण्याकरिता आपापल्या लेखण्या सरसावतील, अशी कल्पना कुणाच्या तरी कल्पक डोक्यात येऊन तिची परिणती या संमेलनात झाली असावी?

मात्र हा विचार माझ्या मनात ज्या वेगाने आला त्याच वेगाने तो तिथून पळाला. त्याच क्षणी दक्षिण महाराष्ट्र साहित्य संमेलनाचा पुरस्कार प्रथम मिरजेनेच किती हिरिरीने केला आणि ते संमेलन किती यशस्वीपणाने पार पाडले याची मला आठवण झाली. मिरजेत पाण्याचा दुष्काळ असला तरी मिरजेतल्या नागरिकांच्या अंगात ते भरपूर आहे आणि इथल्या हवेमुळे नुसत्या रोगांच्याच नाही तर कार्यकर्त्यांच्या अंगीही उत्साह संचारत असला पाहिजे, हे त्या संमेलनाने सिद्ध करून दाखविले होते. त्यामुळे डॉ. वानलेस यांचे कार्यक्षेत्र होण्याच्या भाग्याप्रमाणे सार्वजनिक कार्याच्या हौसेचे देणेही मिरजेला देवदयेने लाभले आहे हे मला स्वत:शी कबूल करावेच लागले.

या विचाराने मला पहिल्या धक्क्यातून सावध केले. पण दुसरा धक्का मला पहिल्यापेक्षाही जरा अधिकच जाणवला. तो धक्का म्हणजे अध्यक्षस्थानी झालेली माझी योजना! माझ्या मनात आले, एखाद्या गोष्टीचा निर्णय करणे कठीण झाले म्हणजे जुनी माणसे देवापुढे चिठ्ठ्या टाकून लहान मुलाकडून त्यांच्यांतली एक उचलवून तो निकाल मान्य करीत असत ना? बहुधा त्याच पद्धतीने माझे नाव या पत्रकार संमेलनाच्या अध्यक्षपदाकरिता सुचविले गेले असावे. कदाचित मिरजेत एक पत्रकारांचे नि दुसरे साहित्यिकांचे अशी दोन संमेलने एकाच वेळी भरणार असतील आणि अध्यक्षांना निमंत्रण करायला जाताना चुकून चिटणिसांची अदलाबदल झाली असेल. सुवर्णकंकणे हातात सुंदर दिसतात; पण कर्णभूषणे म्हणून कुणी त्यांचा उपयोग करू लागला तर ते हास्यास्पद होणार नाही का? 'साहित्यिक' असा ज्याच्यावर गेली वीस वर्षे अखंड शिक्काछाप बसत आला आहे अशा माझ्यासारख्या मनुष्याने पत्रकारसंमेलनाचा अध्यक्ष होणे ही गोष्टही तितकीच शहाणपणाची ठरण्याचा संभव आहे.

या शंकेच्या पाठोपाठ गेल्या पाच-सहा वर्षांत पत्रकार आणि साहित्यिक यांच्यामध्ये जणूकाही वर्गयुद्ध सुरू झाले आहे अशा अभिनिवेशाने अनेक विद्वानांनी तावातावाने काढलेले उद्‌गार मला आठवले. दोन वर्षांपूर्वी एका प्रसिद्ध पंडितांनी पॅरीसमध्ये पारंगततेचे प्रमाणपत्र असल्याशिवाय केशकर्तनसुद्धा करू दिले जात नाही, पण आपल्याकडे मात्र हवा तो अर्धाकच्चा मनुष्य वृत्तपत्रांतून आपल्या अकलेचे तारे तोडू लागला तरी तो त्या कामाला अपात्र मानण्यात येत नाही अशी

काही कारणाने तीव्र टीका केली. या टीकेची प्रतिक्रिया म्हणून मराठी पत्रकारपरिषदेच्या पुढल्या अधिवेशनाच्या अध्यक्षांनी – कदाचित आपल्या वक्तृत्वाला अभिनयाची जोड देण्याकरिता असेल – पत्रकारांचा असा अपमान करणाऱ्या साहित्यिकांना आम्ही ठोकरीने उडवून देऊ, अशी वीरगर्जना केली. शब्दसृष्टीच्या या दोन ईश्वरांमधली ही लठ्ठालठ्ठी पाहून या दोन वर्गांबाहेरच्या सर्व लोकांची खूप करमणूक झाली यात मुळीच संशय नाही. पण साहित्यिक आणि पत्रकार यांच्यात खरोखरीच फार मोठा भेद आहे. त्यांतला कुणीतरी एक स्वर्गात निवास करीत असून दुसरा पाताळात राहतो, अशी सोईस्कर समजूत करून घेऊन एकमेकांवर आग पाखडणाऱ्या या अनेक विद्वानांना एक प्रश्न विचारण्याची इच्छा त्या वेळी माझ्या मनात अत्यंत प्रबळ झाली होती. पत्रकार व साहित्यिक या दोघांनाही मी हात जोडून म्हणणार होतो, 'वीर पुरुषहो, आपण दोघेही मोठे पराक्रमी भाऊ-भाऊ आहात अशी आम्हा सामान्य लोकांची समजूत आहे. आता भावाभावांनाही मधूनमधून लठ्ठालठ्ठी करण्याची लहर येते, हे खरे! तुमची सुंदोपसुंदी ही तसलीच एक लहर असेल तर आम्ही पामरांनी तुम्हा प्रतिभासंपन्न पंडितांना उपदेश करण्यात काही अर्थ नाही. पण कृपा करून एक गोष्ट विसरू नका - सुंद आणि उपसुंद एकमेकांशी लढले ते तिलोत्तमेकरिता. तुमची गुद्दागुद्दी आम्हाला स्पष्ट दिसत आहे; पण ज्या तिलोत्तमेसाठी हे सर्व चालले आहे तिच्या नखाचासुद्धा अजून कुठे पत्ता नाही. तेव्हा कृपा करा आणि हे सुंदोपसुंदाचे आख्यान बंद करून राम-लक्ष्मणाची कथा आम्हांला ऐकवा.

मित्रहो, साहित्यिक आणि पत्रकार यांच्यामध्ये निष्कारण भेदभाव करण्याची जी प्रवृत्ती मध्यंतरी आपल्यात बळावू पाहत होती तिची निरर्थकता कृतीने सिद्ध करण्याकरिताच तुम्ही या संमेलनाच्या अध्यक्षस्थानी माझी योजना केली आहे असे मी मानतो. मराठी साहित्याइतकेच महाराष्ट्रातल्या वृत्तपत्रांवरही माझं प्रेम आहे. केशवसुत, हरिभाऊ आपटे, श्रीपाद कृष्ण कोल्हटकर आणि गडकरी या साहित्यिकांइतकेच टिळक, आगरकर, शिवरामपंत परांजपे आणि केळकर हे पत्रकार मला प्रिय वाटतात. कुसुमाग्रज किंवा बोरकर यांच्या कविता जेवढ्या आवडीने मी वाचतो तेवढ्याच आवडीने पांडुरंगराव गाडगीळांचे अलीकडचे अग्रलेखही मी पाहतो. महाग मिळणारी वस्तू अधिक चांगली असते, या भोळ्या कल्पनेने दररोज किंवा आठवड्याला वाचायला मिळणाऱ्या लिखाणापेक्षा महिन्याने किंवा वर्षाने वाचायला मिळणारे लिखाण फार श्रेष्ठ असले पाहिजे, या गोष्टीवर श्रद्धा ठेवणारे लोक आता फार थोडे निघतील असे मला वाटते.

वृत्तपत्र हे उद्यान नसून ते रणमैदान आहे हे कुणीच नाकबूल करीत नाही. इथे पावलोपावली ललित शब्दांचे लताकुंज आपले स्वागत करणार नाहीत, कल्पनाविलासाची कारंजी चिमुकली इंद्रधनुष्ये निर्माण करीत आपल्या डोळ्यांना सुखविणार नाहीत,

सुभाषितांची रंगीबेरंगी पुष्पे या भागात विपुलतेने फुललेली दिसणार नाहीत आणि मृदु अथवा मधुर भावनांचे कोकिलकूजनही या जागी वारंवार आपल्या कानांवर पडणार नाही, हे प्रत्येक वाचक जाणतो. पण हे सारे गृहीत धरूनही मराठी वृत्तपत्रे हे आमचे उत्कृष्ट साहित्यनिर्मितीचे अखंड झरे आहेत, असे विधान करताना मी अतिशयोक्ती करीत आहे असे मला मुळीच वाटत नाही. मराठीतले बरेचसे अमर निबंधवाङ्‌मय वृत्तपत्रांनीच निर्माण केले आहे. आगरकरांचा 'सुधारक', टिळकांचा 'केसरी', शिवरामपंतांचा 'काळ' आणि अच्युतरावांचा 'संदेश' या लोकमताचे लोखंड वितळवून त्याला इष्ट आकार देणाऱ्या प्रचंड भट्ट्याच होत्या. या भट्ट्यांतल्या गगनचुंबी अग्निज्वालांची उष्णता जितकी प्रखर होती तितकेच त्यांचे स्वैर नर्तनही मनोहर होते. या ज्वाला नसून वायुलहरींबरोबर फुगड्या खेळणाऱ्या उंच-उंच वेली आहेत आणि या ज्वालांतून बाहेर पडणारे स्फुल्लिंग ही त्या वेलींची फुले आहेत, असाच त्या प्रतिभांचे अग्निनृत्य पाहताना आपल्याला अजूनही भास होत नाही काय? ही गोष्ट उघडउघड दिसत असताना पत्रकारांची जात निराळी आणि साहित्यिकांची जात निराळी या तर्कदुष्ट विचारसरणीचा पाठपुरावा करण्यात काय अर्थ आहे?

आजचा काळ जुन्या जाती मोडण्याचा आहे, नव्या निर्माण करण्याचा नाही. जुन्या भिंती पाडण्याचा आहे, नव्या उभारण्याचा नाही. कुणा साहित्यिकाने टीकेच्या अभिनिवेशात पत्रकारांच्या धंद्याविषयीचे एखादे कटू सत्य किंचित लागट भाषेत सांगितले किंवा एखाद्या पत्रकाराने हेव्यादाव्याला बळी पडून कुणा साहित्यिकावर आग पाखडली तर त्या प्रकरणाचा समाचार, संभावना अथवा सूड ही वैयक्तिक मानली जावीत. त्यांना कुठल्याही एका वर्गाचे प्रातिनिधिक स्वरूप देण्याची चूक आपण करता कामा नये. 'एकच प्याल्या'तले डॉक्टर आणि वैद्य रोग्याचा प्राण वाचविण्याकडे लक्ष न देता एकमेकाचा जीव घ्यायला उठतात! एवढ्यावरून पाश्चात्त्य वैद्यक आणि आयुर्वेद ही परस्परविरोधी वैद्यकशास्त्रे आहेत असे सिद्ध करण्याचा कुणी प्रयत्न केला तर आपण त्या शहाण्याला कोणत्या कोटीत घालू?

पत्रकार आणि साहित्यिक यांच्या प्रतिभेचा आविष्कार भिन्न रूपांनी होत असला तरी मूलत: ती एकच आहे. दोघेही सरस्वतीचेच निष्ठावंत उपासक आहेत. टीचभर लेखणी हेच दोघांचेही शस्त्र आहे. या छोट्या शस्त्राने जग अधिक सुंदर, अधिक सामर्थ्यशाली, अधिक सुसंस्कारयुक्त, अधिक सत्प्रवृत्त आणि अधिक सुखी करता येईल अशी श्रद्धा पत्रकार व साहित्यिक या दोघांच्या अंत:करणात संचार करीत असते. या श्रद्धेमुळेच वर्षाकाठी वर्तमानपत्रांतून अवघी तीस रुपये मिळकत झाली असूनही दम्याने गांजलेले आगरकर 'टाकातून अर्थबोधक अक्षरे लिहिण्याचे सामर्थ्य असेपर्यंत इष्ट असेल तेच बोलणार' अशी गर्जना करतात. या निष्ठेने प्रेरित

झाल्यामुळेच कादंबरीलेखन फारसं फलदायक होत नाही, असा कटू अनुभव असूनही कर्जाच्या टोचणीने बेजार झालेले हरिभाऊ आपटे जीवनाच्या सायंकाळी 'कर्मयोग'सारखी सुंदर कादंबरी लिहू लागतात. या श्रद्धेची संजीवनी लाभली होती म्हणूनच तरल प्रतिभा आणि चंचल दैव यांच्या प्रीतीला सारखेच पात्र झालेले अच्युतराव कोल्हटकर लोकप्रियतेचे विलक्षण चढउतार एखाद्या स्थितप्रज्ञाप्रमाणे पाहू शकतात. ही श्रद्धा ज्याच्या अंगी पुरेपूर बाणलेली असते, आपल्या शब्दाशब्दांतून फुले फुलत आहेत किंवा घणाचे घाव घातले जात आहेत असा साक्षात्कार ज्याला होत असतो, तोच दारिद्र्याची पर्वा न करता आणि कीर्तीची चाड न धरता यशस्वी साहित्यिक किंवा पत्रकार होऊ शकतो.

मात्र पत्रकार आणि साहित्यिक यांच्या आत्मशक्तीचा उगम एकच असला तरी तिचा आविष्कार करण्याच्या त्यांच्या पद्धतीत प्रकृती आणि परिस्थिती यांच्या भिन्नत्वामुळे अतिशय अंतर पडते. साहित्यात सरस्वती बहुधा महालक्ष्मीचे रूप धारण करून अवतरते. पण वृत्तपत्रांतला तिचा अवतार महाकालीला शोभण्यासारखा असतो – नव्हे, तसा तो असावाच लागतो. दुष्टांचे दंडन आणि अन्यायांचे परिमार्जन हेच तिचे त्या क्षेत्रातले मुख्य कार्य होऊन बसते. या कार्याला अनुरूप अशी प्रकृती, प्रतिभा आणि परिस्थिती ज्या साहित्यिकांना लाभलेली असते ते प्रभावी पत्रकार होतात. इंग्रज सरकारने अगदी स्वराज्याचे बक्षीस लावले असते तरी लोकमान्य टिळकांनी सामाजिक कादंबरी लिहायला घेतली असती असं मला वाटत नाही आणि 'करमणुकी'सारखे सुंदर साप्ताहिक वर्षानुवर्षे चालविणाऱ्या हरिभाऊ आपट्यांचा मराठी पत्रकारांच्या इतिहासात गौरवानं उल्लेख करणं अगत्य असलं तरी त्यांचा प्रकृतिधर्म साहित्यिकाचा होता असाच निर्णय पुढील पिढी देईल.

पत्रकारात स्वभावत:च एक प्रकारचा लढाऊपणा – निदान बेडरपणा – असावा लागतो. हरतऱ्हेच्या दैनंदिन सामाजिक सुखदु:खांशी समरस होण्याइतका लवचिकपणा अंगी असणे हाही पत्रकाराचा एक मुख्य गुण आहे. कुठले तरी विशाल ध्येय डोळ्यांपुढे लखलखत असले, कोणत्या तरी विचारप्रणालीचा उत्कट अभिमान मनात सळसळत असला, आपल्याला समाजाला काही सांगायचे आहे, शिकवायचे आहे, त्याला विलंब न लावता सुधारायचे आहे, त्याचा दुबळेपणा नाहीसा करायचा आहे अशा प्रकारची उत्कट पोटतिडीक मनाला अस्वस्थ करून सोडीत असली म्हणजेच आदर्श पत्रकार निर्माण होतो. प्रत्येक चांगल्या साहित्यिकाला हे जमेलच असे नाही. अत्रे आणि फडके हे दोघेही ललित वाङ्मयात कीर्ती मिळवून नंतर वृत्तपत्राच्या आखाड्यात उतरले. पण अत्र्यांच्या अंगी अच्युतराव कोल्हटकरांचे अनेक गुणावगुण उपजतच असल्यामुळे ते ज्या तडफेने 'नवयुग' गाजवू शकले, तिचा आढळ फडक्यांच्या 'झंकारा'त कधीच झाला नाही.

हा भेद दिग्दर्शित करण्यात अत्रे किंवा फडके यांचे पत्रकार या नात्याने संपूर्ण मूल्यमापन करण्याचा किंवा साहित्यिक आणि पत्रकार यांच्यांत कोण श्रेष्ठ आहे, हा निष्फळ वाद वाढविण्याचा माझा हेतू नाही. पत्रकार आणि साहित्यिक यांची जात एकच असली तरी, प्रत्येक प्रभावी पत्रकार यशस्वी साहित्यिक होणार नाही किंवा प्रत्येक प्रतिभासंपन्न साहित्यिक श्रेष्ठ पत्रकार म्हणून आपले वैशिष्ट्य दाखवू शकणार नाही एवढेच मला सुचवायचे आहे. माडखोलकर व पु. ल. देशपांडे यांनी ललित वाङ्मयाप्रमाणे वृत्तपत्रसृष्टीतही आपले व्यक्तित्व थोड्याफार यशस्वी रीतीने प्रकट केलं आहे. असले सव्यसाची लेखक आज महाराष्ट्रात विरळ असले तरी त्यांची संख्या यापुढे निश्चितपणे वाढत राहील आणि साहित्यिक व पत्रकार यांनी एकमेकांकडे पाठ करून बसण्यात समाजाचे कल्याण नसून त्यांनी मानवधर्माच्या ध्वजाखाली खांद्याला खांदा लावून लढण्यानेच त्याची प्रगती होईल, ही गोष्ट प्रत्येकाला पटेल अशी माझी खातरी आहे. कालप्रवाहच या दोन शक्तींना – त्यातली एक वज्रकठोर व दुसरी कुसुमकोमल असूनही – अधिकाधिक जवळ आणीत आहे.

पूर्वकाळी गंधर्वनगरीत (Ivory tower) राहून ललित वाङ्मय निर्माण करणे अशक्य नव्हते. काल्पनिक, काव्यात्म किंवा व्यक्तिनिष्ठ अशा भावनांची रंगत गंधर्वनगरीत बसूनही प्रतिभासंपन्न लेखकाला साधत असे. पण आता समाजापासून अलिप्त किंवा त्याच्याविषयी उदासीन राहून साहित्यनिर्मिती करण्याचा काळ राहिलेला नाही. नुसती आत्मनिष्ठा ललित वाङ्मयाला यापुढे पूर्ववत आधार देऊ शकणार नाही. त्या निष्ठेच्या जोडीला समाजनिष्ठा उदय पावली आहे. त्यामुळे साहित्याला कल्पनेइतकेच वास्तवाचे आणि भावनेप्रमाणे विचाराचेही आकर्षण वाटू लागले आहे. विविध आणि विशाल सामाजिक जीवन हे जे ललित लेखकांना नवे स्फूर्तिस्थान मिळत आहे तेच पत्रकारांच्या पराक्रमाचे उगमस्थान असल्यामुळे या दोन्ही प्रकारच्या सरस्वतीच्या उपासकांचे सहकार्य केवळ धंद्याच्याच नव्हे तर कलेच्या आणि ध्येयाच्या दृष्टीनेही यापुढे अगदी अपरिहार्य होऊन बसले आहे. हे सहकार्य कालांतराने इतके वृद्धिंगत होईल की, दैनंदिन जीवन रंगविणारा कुशल कादंबरीकार म्हणवून घेण्यात पत्रकाराला आनंद होईल आणि विविध सामाजिक अनुभूतींतून दृग्गोचर होणाऱ्या अमर मानवी जीवनाचे चित्रण करणारा चतुर पत्रकार म्हणून कुणी ललित लेखकाची संभावना केली तर त्याबद्दल त्याला खंत वाटणार नाही. नाहीतरी या दोघांत जीवनाच्या दृष्टीने एक वर्तमानाचा चित्रकार व दुसरा भविष्याचा शिल्पकार यापेक्षा दुसरं कुठलं अंतर आहे?

पत्रकार आणि साहित्यिक यांच्या सहकार्याला केवळ तात्त्विक महत्त्व असते तर त्यासंबंधी इतका विस्तार मी केला नसता. पण तात्त्विकाहूनही त्याचे व्यावहारिक महत्त्व मला आज अधिक वाटते. यापुढचा काळ उघडउघड वृत्तपत्रांच्या वाढीचा

आहे. पण कुठल्याही गोष्टीची स्वैर वाढ म्हणजे तिचा विकास नव्हे. प्रतिभा, योजकता आणि परिश्रम यांचा त्रिवेणी संगम झाल्याशिवाय कुठल्याही क्षेत्रात विकास दृग्गोचर होत नाही.

आपल्या दक्षिण महाराष्ट्राकडेच नजर टाकली तरी वृत्तपत्रांची संख्या किती वेगाने वाढत आहे, याची कुणालाही सहज कल्पना येऊ शकेल. माझे बालपण सांगलीत गेले. त्या वेळी वर्तमानपत्र फक्त पुण्या-मुंबईतच निघू शकतं असं वाटण्याजोगी या भागातली वृत्तपत्रीय परिस्थिती होती. मी कॉलेजात गेलो तेव्हा 'ज्ञानप्रकाश'शिवाय पुण्यात दुसरे दैनिक निघत नव्हते. पण आता कोल्हापुरातसुद्धा 'पुढारी'सारखे कुशलतेने संपादन केलेले दैनिक निघत असून अनेक ठिकाणच्या साप्ताहिकांची संख्याही डोळ्यांत भरण्याजोगी झाली आहे. जिल्हापत्रे किंवा तालुकापत्रे यांच्याशी त्यांचे बरेचसे साम्य असले तरी 'वर्तमानपत्रकर्ता' हा विनोदी लेख लिहिताना श्रीपाद कृष्ण कोल्हटकरांच्यापुढे त्या वेळी असल्या पत्रकाराचा जो नमुना उभा होता त्याचे दर्शन त्यांच्यापैकी बहुतेकांतून फारसे होत नाही ही मोठ्या आनंदाची गोष्ट आहे. कोल्हटकरांचा हा पत्रकार मूळचा मिठाई विकणारा दुकानदार असतो. तो वर्तमानपत्र का काढतो याचं कारण त्याच्याच शब्दांत देणे योग्य होईल. तो म्हणतो, 'हळूहळू माझ्या मिठाईच्या दुकानाची विक्री वाढत चालली. ती शेवटी इतकी वाढली की, पुडे बांधण्यास रद्दी कागद मिळण्याची मारामार पडू लागली. ही जी कागदची टंचाई पडू लागली तिच्यामुळेच वर्तमानपत्र काढण्याचा विचार प्रथमत: माझ्या मनात आला व तेव्हापासून तो माझ्या मनात घोळू लागला. शेवटी वर्तमानपत्रात मला फारशी प्राप्ती झाली नाही तरी त्यात मला माझ्या मिठाईच्या दुकानाची जाहिरात देता येईल, वर्तमानपत्राचे अंक पुडे बांधण्यास उपयोगी पडतील व अशा प्रकारे एका मार्गाने दोन कामे साधतील, असा मी विचार केला व तो अंमलातही आणला.' अशा पत्रकाराची पत्रसंपादनाची कल्पनाही अजब असली पाहिजे हे उघड आहे. आपले वर्तमानसार चटकदार करून देण्याची त्याची योजना किती अभिनव आहे ते पाहा. तो म्हणतो, 'माझ्या पत्रांतील वर्तमानसार जितकं मनोरंजक करवेल तितकं करण्याकडे माझा कल आहे. त्यामुळे माझे वाचक फार खूश असतात. वाचकांस रंजविण्याकरिता वेळेस मला पदरचे तिखटमीठ जरी लावावे लागले तरी त्या पदरमोडीला माझी एका पायावर तयारी असते. त्यामुळे माझ्या पत्राची फाईल चाळल्यास खालीलप्रमाणे माहिती जागोजाग सापडेल: 'भोळेगाव येथील प्रसिद्ध देवालयातील मारुतीस रामनवमीचे दिवशी दरदरून घाम सुटला. हे दुश्चिन्ह आहे असा ज्ञात्यांचा अभिप्राय आहे. हा चमत्कार पाहण्यास खूप गर्दी जमली होती. प्रत्येकापासून एकेक पैसा घेऊन आत सोडण्यात येई. ही रक्कम जमता जमता शंभर रुपयांवर गेली आहे. मारुतीच्या निढळाच्या घामाच्या या रकमेचा विनियोग संकटनिवारणार्थ ब्राह्मणसंतर्पण करण्यात

होणार आहे. धर्मद्वेष्ट्यांचे इकडे लक्ष जाईल काय?’ ‘लंबेडो येथे धरणीकंपाचा धक्का बसला. त्यामुळे जमिनीला जी एक मोठी भेग पडली तिच्यातून शेषाचं मस्तक दिसत होतं. शेषाच्या मस्तकावरील मण्यामुळे त्या भेगेत चोहोकडे प्रकाशच झाला होता. याउपर आपली पुराणे खोटी आहेत असं म्हणण्याचं धाडस कोण करील?’ - अशा बातम्या देणारा हा पत्रकार आपल्या धंद्यातलं गुपित म्हणून पुढे वाचकांच्या कानात हळूच सांगतो, ‘वरील गावे केवळ कपोलकल्पित आहेत, हे धूर्त वाचकांनी ताडलेच असेल.’

कोल्हटकरांनी रेखाटलेले पत्रकाराचे हे विनोदी चित्र आपल्या अवतीभोवती कुठेच आढळणार नाही असं मात्र नाही. अलीकडच्या काळातली एक असत्य वाटणारी सत्यकथाच सांगतो मी आपल्याला. तिच्यावरून काळाबरोबर दांभिकता आपले रूप बदलते, पण तिचे अस्तित्व मात्र नाहीसे होत नाही याची आपणाला पुरी कल्पना येईल. एके दिवशी अशाच एका वृत्तपत्रात एक बातमी छापून आली. त्या गावातल्या काही प्रमुख स्त्रियांनी त्या वृत्तपत्राच्या संपादकाच्या अध्यक्षतेखाली त्याच्याच कचेरीत सभा भरविल्याची वार्ता होती ती! त्या सभेचा उद्देश महिलांच्या उन्नतीकरिता एक टोलेजंग संस्था स्थापन करण्याचा किंवा असाच काहीतरी होता. त्या सभेला ज्या स्त्रिया हजर होत्या म्हणून छापण्यात आले होते त्यांना या सभेचा पत्ता प्रथम त्या वर्तमानपत्रातल्या बातमीवरूनच लागला. चकित होऊन त्या एकमेकींकडे चौकशी करू लागल्या. पण अशी सभा झाल्याचे काही केल्या कुणालाच आठवेना. आपणा सर्वांचा एकदम स्मृतीभ्रंश झाला की काय, अशी त्यांना शंका येऊ लागली. शेवटी त्यांतल्या एका चाणाक्ष भगिनीने या बातमीचा उगम कुठे आहे याचा अचूक तर्क केला. काही दिवसांपूर्वी त्या सर्व मैत्रिणी त्या वृत्तपत्राच्या कचेरीवरून फिरायला चालल्या होत्या. पावसाचे मुळीच चिन्ह नसल्यामुळे बरोबर छत्र्या घेण्याची जरूर त्यांच्यापैकी कुणालाच भासली नव्हती. पण पाऊस हा सर्व लहरी लोकांचा राजा आहे. स्त्रीदाक्षिण्य हा शब्दसुद्धा त्याच्या कोशात नाही. त्याच वेळी त्याला पृथ्वीवर अभिषेक करण्याची लहर आली. संरक्षणाकरिता त्या बिचाऱ्या बायकांनी जवळच असलेल्या वृत्तपत्रकचेरीच्या आडोशाचा आश्रय घेतला. हे पाहून पत्रकार महाशयांनी त्यांना आत बोलावण्याचे सौजन्य दाखविले; त्यांना बसायला खुर्च्या दिल्या. कदाचित या विदुषींना चहाही दिला असेल त्यांनी! पाऊस ओसरताच त्या भगिनी सदरहू सद्‌गृहस्थांचे आभार मानून निघून गेल्या. या एवढ्याशा प्रसंगातून केवळ त्या पत्रकाराच्या कल्पकतेमुळे या बातमीचा जन्म झाला. युद्धकालात अन्नाची टंचाई जाणवू लागताच ‘अधिक धान्य पिकवा’ असा संदेश जसा सरकार देऊ लागले, त्याप्रमाणे मशारनिल्हे गृहस्थांच्याकडे कुणी संदेश मागायला गेल्यास ‘अधिक बातम्या पिकवा’ असेच ते सांगतील यात मला संशय वाटत नाही. दुसऱ्या एका

विद्वान संपादकांचे इंग्रजी ज्ञान असेच तुम्हा-आम्हांला चकित करून सोडणारे आहे. कुणीतरी नव्या बुटाची किंमत विचारताच साडेचार रुपये असा गावंढळ मराठी शब्दप्रयोग न करता 'हाफ पास्ट फोर' असे ऐटबाज इंग्रजी उत्तर त्यांनी आपल्या पृच्छकाला दिले होते.

हे नमुने अपवादात्मक आहेत, हे मी आनंदाने मान्य करतो. आपल्या या छोट्या भागातली दोन-तीन पत्रं बाहेरसुद्धा कौतुक व्हावं अशा रीतीने संपादन केली जात आहेत ही अभिमानाची गोष्ट आहे. बहुजन समाजाला जवळच्या वाटतील अशा सामान्य घटनांचा अग्रलेखाकरिता उपयोग करून घेण्याचं चातुर्य, विविध वार्तांची परिणामकारक मांडणी, पक्षनिष्ठा सांभाळूनही सार्वजनिक कल्याणाच्या गोष्टींचा पुरस्कार करण्याची प्रवृत्ती यापुढे दक्षिणी संस्थाने किंवा दक्षिण महाराष्ट्र असल्या छोट्या विभागाची सर्व सुखदु:खे राष्ट्राच्या किंबहुना मानवतेच्या सुखदु:खांबरोबर निगडित होऊ घातली आहेत याची जाणीव होऊन प्रचलित प्रश्नांचे व्यापक दृष्टीने केलेलं विवेचन इत्यादी गुणांचा ज्यांच्यात आढळ होतो अशी वृत्तपत्रं दक्षिण महाराष्ट्रात नाहीत असे नाही. आजच्या सामाजिक प्रगतीला ती चांगलाच हातभार लावीत आहेत.

याचा अर्थ, आपल्या भागातली बहुसंख्य वृत्तपत्रे उच्च पातळीवरून कार्य करीत आहेत असा मात्र नाही. अनेक वृत्तपत्रं का निघत आहेत याचं वाचकांना कोडंच पडत असेल! ती पाहून धर्मशाळांची हटकून आठवण होते. वृत्तपत्र हा इतर अनेक धंद्यांप्रमाणे जर केवळ एक खाजगी धंदा असता तर अशा वृत्तपत्रांकडे दुर्लक्ष करणं उचित झालं असतं. पण आर्थिकदृष्ट्या तो खाजगी धंदा असला तरी सामाजिकदृष्ट्या ती आज एक प्रचंड व प्रभावी शक्ती आहे. सत्ताधाऱ्यांची फर्मानं, पूज्य पुढाऱ्यांचे संदेश आणि प्रतिभाशाली साहित्यिकांचे संस्कार सामाजिक मनावर प्रभाव गाजवीत असतात हे काही खोटं नाही. पण त्यांच्यापेक्षा अधिक सूक्ष्म आणि अधिक परिणामकारक रीतीने क्षणाक्षणाला जनमनाला आकार देण्याची शक्ती जर कशात असेल तर ती वृत्तपत्रांत आहे. सत्तेचे सामर्थ्य कायद्यात असते, पुढाऱ्यांची शक्ती त्यांच्या व्यक्तित्वाच्या माहात्म्यात असते आणि साहित्याची संस्कारक्षमता त्याच्या अभिजात सौंदर्यात व सहृदयतेत असते. पण या वैशिष्ट्यांमुळेच सर्वसामान्य समाज त्यांच्याशी संपूर्णपणे समरस होऊ शकत नाही. तो भीतीने कायदा पाळतो, भक्तीने पुढाऱ्यांकडे पाहतो आणि आदराने अथवा आवडीने साहित्याची पारायणे करतो; पण त्याला आपलं हृदय यांच्यापैकी कुणापाशीच उघडे करून दाखविता येत नाही. फक्त पत्रकार हाच त्याचा जिवलग मित्र होऊ शकतो. त्याची लहान-मोठी दु:खे तोच अविलंबानं आणि अभिनिवेशानं वेशीवर टांगतो. पत्रकाराने मनावर घेतले नाही तर सामान्य मनुष्याने एकांतात गाळलेले अश्रू जागच्या जागी सुकून जातील, दारिद्र्याने

पिळवटलेल्या त्याच्या आतड्यांतून निघणारे करुण सूर वाऱ्यावरच विरतील. पत्रकारांच्या अपूर्व सामर्थ्यामुळेच त्या सुरांतून क्रांतिगीत निर्माण होत असते.

बहुजन समाजाच्या जिवलग मित्राची ही भूमिका आपल्यापैकी किती पत्रं निष्ठेनं आणि कसोशीनं पार पाडीत आहेत, या प्रश्नाचं प्रामाणिक उत्तर देण्याचा प्रत्येक पत्रकाराने प्रयत्न केला पाहिजे. उपदेशाइतकी सोपी आणि आत्मपरीक्षणाइतकी कठीण अशी गोष्ट जगात दुसरी कुठलीच नाही, हे मी जाणतो. पण व्यक्तीप्रमाणे सामाजिक शक्तीचा विकासही आत्मपरीक्षणाच्या अभावी कुंठित होतो. म्हणून ही अप्रिय पण अंती पथ्यकर अशी सूचना मी करीत आहे. श्री. ना. धों. ताम्हनकर यांनी जे 'निवाडे' लिहिले आहेत त्यांत यमधर्मापुढे उभा राहणारा पत्रकार आहे की नाही हे मला आठवत नाही; पण लोकसेवेची बिरुदे उठल्यासुटल्या मिरविणाऱ्या काही लहानमोठ्या पत्रकारांची चित्रगुप्तापुढे होणारी उलटतपासणी अत्यंत मनोरंजक होईल अशी माझी खातरी आहे. दंभस्फोट हेच आपले जीवितकार्य आहे, असा आक्रोश करणारा एखादा पत्रकार स्वत: किती दांभिक असू शकतो याचा तिथेच उलगडा होईल. विविध वृत्तपत्रांतून ज्या वीरश्रीच्या गर्जना आणि नव्या जगाच्या वल्गना आपण वारंवार ऐकत असतो त्यांचं सत्यस्वरूप कोणत्या प्रकारचे आहे, कुणाला कुठला पैसा बोलवत आहे, कुणाला कोणत्या अधिकाऱ्याची नजर नाचवीत आहे, कुणाच्या शब्दांमागे अहंकारतृप्तीचं पोकळ समाधान आहे आणि कुणाची वाणी शुद्ध लोकहितबुद्धीने प्रेरित झाली आहे याचा निर्णय तिथेच होऊ शकेल.

जीवनाच्या कुठल्याही क्षेत्रात सत्याचा पूरक आणि मानवतेचा सेवक होणे हे काही येरागबाळाचे काम नाही. पण ध्येयवादी पत्रकाराला – त्याचे कार्यक्षेत्र कितीही लहान असले तरी – हे ध्येय डावलून चालणार नाही. या जगात सत्याच्या एकनिष्ठ पूजकाला सॉक्रेटिसप्रमाणे विषाचा प्याला हसतमुखाने घ्यावा लागतो. मानवतेच्या प्रामाणिक सेवकाला शेवटी बुद्ध, खिस्त, टॉलस्टॉय किंवा गांधीजी यांची भूमिका घेतल्याशिवाय गत्यंतरच राहत नाही. सर्वसामान्य पत्रकार किंवा साहित्यिक यांच्यामध्ये इतका प्रखर ध्येयवाद असावा अशी अपेक्षा करणे सर्वस्वी चुकीचे होईल; पण त्याचबरोबर त्यांची जीवनमूल्यं प्रचलित व्यावहारिक मूल्यांहून अधिक उच्च आणि उदात्त असली पाहिजेत असा हट्ट धरणं अनुचित होईल काय?

नाही; मुळीच नाही. आपल्या प्रत्येक शब्दाने कळत-नकळत वृत्तपत्रे सामाजिक जीवनाला वळण लावीत असतात, हे एकदा मान्य केल्यावर आणि आपल्या उद्याच्या भाग्याचे शिल्पकार म्हणून समाज त्यांना जे सन्माननीय स्थान देतो ते त्यांनी स्वीकारल्यानंतर पत्रकारांनी ध्येयशून्य राहणं अथवा ध्येयाचा बुरखा पांघरून त्याच्या आड स्वार्थाचा संसार मांडणं हा मोठा सामाजिक गुन्हा आहे.

आजच्या काळात ध्येयवादावाचून चांगला पत्रकार निर्माण होऊ शकणार नाही,

हा माझ्या वरील विवेचनाचा निष्कर्ष एकांगी आहे असे अनेकांना वाटेल. वृत्तपत्र हा धर्म नाही, तो इतर धंद्यांप्रमाणेच एक धंदा आहे असे उद्‌गारही त्यांच्या तोंडून निघतील. तो धंदा आहे, किंबहुना धंद्याप्रमाणेच ती एक कलाही आहे हे मी मुळीच नाकबूल करीत नाही. उलट, मी असे म्हणेन की, धंद्याची दृष्टी आणि कलेची सृष्टी यांचा संगम साधण्याकरिता प्रामाणिक आणि आटोकाट प्रयत्न करणे हेसुद्धा पत्रकाराच्या ध्येयवादाचे एक प्रमुख अंग आहे.

केवळ कलेच्या दृष्टीने आपल्या भागातल्या वृत्तपत्रांकडे पाहिले तर मुद्रणसौंदर्याचा अभाव प्रथमच जाणवल्यावाचून राहत नाही. महायुद्ध हेच काही या गोष्टीचे एकमेव कारण नाही. सुगरणीची टापटीप अठरा विश्वे दारिद्र्यात आणि दोन खोल्यांच्या संसारातही दिसून येते. इतर कलांप्रमाणे मुद्रणकलेतही कष्टाळू आणि कल्पक माणसांच्या कर्तृत्वाला जागा असतेच असते. पण अनेक पत्रकारांना जिथे मुद्रणातल्या सौंदर्यदृष्टीची जाणीवच नसते तिथे ते तिची जोपासना कशी करणार? महाराष्ट्रातली अनेक पत्रे पाहताना चित्रविचित्र पोषाख करून फिरायला जाणाऱ्या पुणेरी पेन्शनरांची मला हटकून आठवण होते. दारिद्र्य हा व्यक्तीचा काय किंवा संस्थेचा काय गुन्हा होत नाही; पण गरिबीच्या ऐसपैस पांघरुणाखाली सौंदर्यदृष्टीची उपेक्षा करणे हे कुठल्याच कलाक्षेत्रात क्षम्य मानले जाणार नाही.

छपाईचे सौंदर्य सोडून तिच्या शुद्धतेकडे वळले तरी तिथेही हाच कटू अनुभव दत्त म्हणून पुढे उभा राहतो. हल्लीच्या विद्यार्थ्यांचे मराठी शुद्धलेखन फार अशुद्ध असते अशी शिक्षक-परीक्षकांची नेहमी ओरड ऐकू येते. या दोषाचे खापर अनेकांच्या डोक्यांवर फोडता येण्यासारखे असले तरी याबाबतीत वृत्तपत्रे काही कमी सदोष ठरत नाहीत. आपल्या दक्षिण महाराष्ट्रातल्या एका पत्राने पत्रकार-परिषदेच्या अध्यक्षांचे स्टेशनवरील स्वागत रसभरित रीतीने वर्णन करीत असताना 'त्यांना पुष्पगुच्छ देण्यात आले' याच्याऐवजी 'त्यांना पुच्छगुच्छ देण्यात आले' असं छापलं होतं. परवाच एका 'रंगभूमी गाजवून सोडलेल्या' मराठी नाटकाची 'रंगभूमी गाजवून सोडणारे' म्हणून पुण्याच्या एका साप्ताहिकात संभावना करण्यात आली होती. 'चिंता ही अनुस्वारयुक्त चिता आहे' असे म्हणून तिची दाहकता वर्णन करणाऱ्या संस्कृत सुभाषितकारानेसुद्धा या अनुस्वाराच्या लीलेचे कौतुक केले असते. गेल्या दहा वर्षांतली वृत्तपत्रे वाचून माझे असे मत झाले आहे की, सर्व वर्तमानपत्रांतले असले मुद्रणचमत्कार एकत्रित करून व त्यांच्यावर मल्लिनाथी करण्याकरिता रांगणेकर किंवा बांदेकर यांची नेमणूक करून 'मुद्राराक्षस' नावाचे एखादे रविवारचे साप्ताहिक काढले तर त्याचा तडाखेबंद खप झाल्याशिवाय राहणार नाही.

मजकुराच्या शुद्धतेनंतर त्याच्या मांडणीचा प्रश्न येतो. याबाबतीत ज्यांना सामान्यतः जिल्हापत्रांच्या पंक्तीत बसविता येईल, अशा आपल्या भागातल्या साप्ताहिकांची

मोठी कुचंबणा होते हे कबूल केलेच पाहिजे. मुंबई-पुण्याच्या दैनिकांनी राजकारणाचा मक्ता घेतलेला आणि तिथल्या साप्ताहिकांनी मनोरंजनाचा प्रांत काबीज केलेला. शिवाय, आपले साप्ताहिक ज्या संस्थानात किंवा शहरात निघते तिथल्या स्थानिक संसारांत त्याने भाग घेतला नाही तर तिथल्या लोकांना त्याच्याविषयी आपलेपणा उत्पन्न होत नाही. इतके खडक चुकवून नौका वल्हविण्याची कुशलता विरळ आढळली तर त्यात नवल नाही. आपल्या अनेक साप्ताहिकांत तोच तोच शिळा मजकूर, त्याच त्याच बिनमहत्त्वाच्या बातम्या आणि सभा-समारभांची तीच तीच औपचारिक नीरस वर्णनं आढळल्यामुळे वाचक मनात रुष्ट झाल्यावाचून राहत नाही. विशिष्ट ध्येयाने प्रेरित झालेल्या वृत्तपत्रांत हा दोष साहजिकच कमी होतो. पण ध्येयाचा प्रश्न बाजूला ठेवला तरी धंदा या दृष्टीने साप्ताहिक वृत्तपत्रे जर आपल्याला यशस्वी करायची असली तर प्रत्येक पत्रकाराने आपले वैशिष्टय निर्माण करण्याचा कसोशीने प्रयत्न केला पाहिजे असं मला वाटतं. दैनिकांतून उसन्या आणलेल्या जागतिक किंवा राष्ट्रीय राजकारणाच्या शिळ्या कढीला ऊत आणल्यामुळे काही वाचक ती भुरके मारून संपविणार नाहीत. ज्यांचे कार्यक्षेत्र मर्यादित आहे अशा पत्रांनी ही बहिर्मुख दृष्टी सोडून देऊन अंतर्मुख झाले पाहिजे. आपले संस्थान किंवा आपला जिल्हा फार लहान असेल, तिथे खून, अपघात वगैरे क्षोभकारक घडामोडी फारशा घडत नसतील; पण डोळस मनुष्याला, चौकस लेखकाला आणि कल्पक पत्रकाराला या टीचभर क्षेत्रातही आपल्या वाचकांनी न पाहिलेल्या आणि न ऐकलेल्या अनेक महत्त्वाच्या घटनांचे आणि सामाजिक प्रश्नांचे सहज दर्शन होणे शक्य आहे. त्यांचं चित्रण आपण करायचं नाही तर कुणी करायचे? मोठमोठ्या शहरांतली वर्तमानपत्रे दुर्बिणी लावून पंचखंड पृथ्वीचे निरीक्षण खुशाल करू देत. आपलं जग चिमुकलं असलं तरी ते सूक्ष्मदर्शक यंत्रामधून पाहण्याचा, त्यातल्या जीवनाचा सुसंगत अर्थ लावण्याचा आणि ते निर्मळ व विकसित करण्याचा आपण प्रयत्न करूया. आपला देश दरिद्री आहे म्हणून आपण नेहमी आक्रोश करतो, पण त्या दारिद्र्याचे यथार्थ स्वरूप आपल्या वाचकांना दिसावे आणि त्या भयाण दृश्याने अस्वस्थ होऊन त्यांनी क्रांतिप्रवृत्त व्हावे असे आपण कितीसे प्रयत्न करतो? उन्हातान्हातून वणवण करणारा हा पोस्टाचा शिपाई पाहा. स्वत:च्या तान्ह्या मुलाच्या तोंडात घालायला घरात दुधाचा थेंब नसतानाही तोंडावर हसू आणून तुमच्या-आमच्या मुलांना ज्ञानामृत पाजणारा हा दुर्दैवी प्राथमिक शिक्षक घ्या. विद्येचा डोंगर पोखरून ज्याच्या हाती फक्त व्यवहाराचा उंदीर लागतो असा हा दुर्दैवी दुय्यम शिक्षक बघा. हा रात्रपाळीचा मजूर, हा बाजाराकरिता दहा-दहा मैलांवरून चालत येणारा लोणीविक्या, चार रुपड्यांसाठी पन्नास मैलांवरून आलेला हा गरीब गाडीवान, ही भाजीवाली, तो हमाल, ही विविध मुकी माणसे, त्यांच्या धडपडीमागचे आर्थिक जीवन, त्यांची जिव्हाळ्याची सामाजिक

सुख-दु:खे जो पाहील त्याला येथे विश्वरूप दिसेल.

मित्रहो, या सूक्ष्मदर्शक यंत्रातून तुम्हांला हे जे नवे विश्व दिसेल त्याचा साक्षात्कार खेड्यापाड्यांतील साक्षर वाचकांना करून देणे, बहुजन समाजाच्या दैनंदिन जीवनातलं हास्य, त्यातले अश्रू त्यातले दैन्य, त्यातले शौर्य, त्यातले कलह, त्यातल्या समस्या हे सर्व आपल्या वाचकांपर्यंत नेऊन पोचविणे, त्यांच्या सुप्त भावना जागृत करणे, त्यांच्या बधिर विचारशक्तीला चेतना आणणे आणि सामाजिकदृष्ट्या निष्क्रिय अशा त्यांच्या मनाला कार्यप्रवृत्त करणे हे कार्य काय लहान आहे?

अशा अनेक मार्गांनी आपल्या पत्रातल्या मजकुराचा जिव्हाळा आणि त्याची वाचनीयता छोट्या पत्रकारांनासुद्धा वाढविता येईल. मोठ्या पुढाऱ्यांची भाषणे आपल्या पत्रातली जागा भरून काढण्याकरिता द्यायची नसतात तर त्यांचा संदेश सामान्य वाचकांच्या अंत:करणाला जाऊन भिडावा म्हणून ती उद्धृत करायची असतात, ही दृष्टी अजून आपल्याकडे दुर्लभच आहे. या भाषणांना टीका, विवेचन, रसग्रहण इत्यादिकांची जोड दिल्याशिवाय सर्वसामान्य मनुष्याला त्यांतले मर्म कसे कळू शकेल? आपल्याभोवती प्रत्येक धंद्यातली हुशार माणसं नित्य वावरत असतात. त्यांचे अनुभव अनेकदा अमोल वाटतात. त्या अनुभवांतूनच समाजाचे बदलते रूप स्पष्ट पाहावयाला मिळण्याची शक्यता असते. पण वकील, डॉक्टर, मजूर, सराफ, प्रोफेसर, शेतकरी किंवा कापड-दुकानदार यांच्या मुलाखती गांधी-जिनांच्या मुलाखतीइतक्याच उपयुक्त आहेत हे आपल्याला आधी पटले पाहिजे. यापुढे साहित्यिक आणि पत्रकार यांचे सहकार्य घडलं पाहिजे, असं जे मी आरंभी म्हणालो ते याच दृष्टीने!

आपल्या पत्रात अशा प्रकारचे आकर्षक व विचारप्रवर्तक वैचित्र्य आणायचे इकडच्या एखाद्या संपादकाने ठरविले तरी त्याला समर्थ लेखक मिळणार नाहीत, अशी शंका आपल्या मनात येण्याचा संभव आहे. ती सर्वस्वी निराधार आहे असे मी म्हणत नाही. पण त्याबरोबरच असल्या कल्पना अमलात आणण्याचा प्रयत्न करणाऱ्या योजकाइतके काही असले लेखक दुर्लभ नाहीत, असे म्हणण्याचा मोह मला होत आहे. शिक्षक, वकील, डॉक्टर वगैरे बुद्धिजीवी वर्गात अनेकांना लेखनाची हौस असते. त्या हौसेचा पत्रकारांना मर्मज्ञतेने उपयोग करून घेणे आवश्यक आहे. त्यातल्या कित्येकांचा एकेका विषयाचा मोठा खोल अभ्यास असतो. काहींचे वाचन आपण आश्चर्य करावे इतके विविध असते. पण हरतऱ्हेचा कच्चा माल आपल्या देशात पैदा होत असूनही तो जसा अद्यापि दरिद्री राहिला आहे तशीच पुण्या-मुंबईबाहेरच्या बहुतेक वृत्तपत्रांच्या वाङ्मयसंसाराची स्थिती आहे. या स्थितीत खालील उपायांनी थोडीफार सुधारणा होण्याची शक्यता आहे.

(१) प्रत्येक पत्रात स्थानिक आणि बाहेरील घडामोडींबद्दलचा मजकूर येणे अपरिहार्य असले तरी त्याच्या जोडीने आपली विशिष्ट अशी सदरे – मग ती प्रचारात्मक असोत, विचारात्मक असोत अथवा रंजनपर असोत – त्या पत्राने निर्माण केली पाहिजेत.

(२) एक-दोन ठरावीक माणसांनी सर्व मजकूर खरडायचा, तोही दैनिकांनी चर्वितचर्वण केलेल्या त्याच-त्याच विषयांवर असायचा आणि ते लेखनसुद्धा कायम ठशाच्या बोजड भाषेत करायचे, ही पद्धती आपण ताबडतोब सोडली पाहिजे. मराठी वाङ्मयाविषयी समाजात दिवसेंदिवस अधिक प्रेम उत्पन्न होत आहे. साहित्य परिषदेच्या विशारद आणि प्राज्ञ या परीक्षांना विद्यार्थी, शिक्षक किंवा मध्यमवर्गातल्या सुखवस्तू स्त्रियाच बसत नाहीत. त्यांच्या उमेदवारांत पेन्शन घेतलेल्या वृद्धांप्रमाणे किराणा मालाच्या दुकानांत कारकुनी करणारे लोकही आहेत. साहित्याच्या हौशी अभ्यासकांच्या या वाढत्या वर्गांतून अनेक सहायक पत्रकारांना निर्माण करून घेता येतील. केवळ भाषा आणि मांडणी यांच्या नावीन्यामुळेसुद्धा वृत्तपत्रीय मजकुराला निराळी आकर्षकता येऊ शकते.

(३) संस्कृत शब्दप्रचुर अथवा घटपटादी खटपटीची आठवण करून देणारा जाडा अग्रलेख जो लिहितो त्याला संपादक म्हणतात, ही संपादकाची व्याख्या आता फार जुनीपुराणी झाली. गांधीलमाशीप्रमाणे मधमाशीची शक्तीही आमच्या संपादकांच्या अंगी असायला हवी. आपल्या वाचकाला विचारप्रवृत्त करणे, त्याच्या 'जीवनदृष्टीचे क्षितिज विशाल करणे, त्याच्या मनातला सद्भावनेचा नंदादीप अखंड तेवत ठेवणे हे पत्रकाराचे एक प्रमुख कार्य आहे. त्याकरिता त्याने बहुश्रुत राहिलं पाहिजे. समाजाला सांगण्यासारख्या कितीतरी गोष्टी जगात हरघडी घडत असतात, पावलोपावली निर्माण होत असतात; पण आपण आळसाने आणि अज्ञानाने त्यांच्याकडे दुर्लक्ष करतो. विज्ञान, तत्त्वज्ञान आणि वाङ्मय या महानद्यांना जगात नित्यनवे पूर येत आहेत. पण त्यांचे कालवे काढण्याचे कष्ट आमच्यापैकी किती लोक करतात? काकासाहेब कालेलकरांनी शिफारस केल्यामुळे 'वुई वॉल्क अलोन' ही एका दुर्दैवी महारोग्याची आत्मकथा मी नुकतीच वाचली. शास्त्र या नावाखाली मनुष्य किती अशास्त्रीय समजुतींना कवटाळून बसतो आणि असल्या अभागी जीवांना अज्ञानामुळे आपण किती अमानुषतेने वागवितो याची हे पुस्तक वाचताना मला पूर्ण कल्पना आली. या पुस्तकातला महत्त्वाचा भाग तत्काळ आपल्या समाजाच्या तळापर्यंत गेला पाहिजे. पत्रकारावाचून दुसरा कोण त्याचा प्रसार करणार? दुसरे उदाहरण - जे. बी. प्रिस्टलेच्या 'थ्री मेन इन युनिफॉर्म' या कथेचे आहे. युद्धावरून परत आलेल्या तीन मित्रांची ही गोष्ट आहे. त्यातला एक उच्च वर्गातला, दुसरा मध्यम वर्गातला आणि तिसरा खालच्या वर्गातला असतो. रणमैदानावर मृत्यूसमोर विकट हास्य

करीत असताना त्यांच्यामधलं सर्व अंतर लोप पावतं. ते तिघे जानीदोस्त होतात. जीवश्च कंठश्च मित्र म्हणूनच ते मायभूमीला परत येतात. जगातल्या हुकूमशाहीप्रमाणे झाडून साऱ्या सामजिक विषमतेचाही या युद्धात शेवट झाल्याशिवाय राहणार नाही, ही त्यांच्या अंत:करणात निर्माण झालेली स्वप्नाळू श्रद्धा पहिल्याच दिवशी येणाऱ्या कटू अनुभवांनी भंग पावू लागते. त्यांच्या या करूण निराशेचे सूक्ष्म चित्रण प्रिस्टलेने केलं आहे. हे चित्र आज आपल्यालाही मार्गदर्शक होईल असंच आहे. पण पत्रकाराशिवाय त्याचा चटकन परामर्श कोण घेणार? हा संदेश सामान्य मनुष्यापर्यंत कसा पोचणार? तिसरे उदाहरण 'Guide to the new world: — handbook of constructive world-revolution' या अगडबंब नावाने प्रसिद्ध झालेल्या एच. जी. वेल्सच्या दीडशे पानांच्या पुस्तकाचे. त्या पुस्तकातल्या अनेक विधानांचा वृत्तपत्रांनी खरपूस समाचार घेणं आवश्यक होतं. त्यातल्या त्यात 'हिंदुस्थान हे राष्ट्र आहे काय? (Is India a nation ?)' या लेखात विषारीपणा अधिक आहे की उर्मटपणा अधिक आहे, हे कळत नसल्यामुळे पत्रकारांनी सपाट्यालाच त्याला सलामी द्यायला हरकत नव्हती. या लेखात उदारमतवादी, समाजवादी वगैरे वगैरे विशेषणांनी पूर्वकाळी अलंकृत झालेले वेल्ससाहेब गांधीजींविषयी म्हणतात, 'जगातल्या क्रांतिकारकांनी गांधींना खिजगणतीत घ्यायचेसुद्धा कारण नाही. थोडा उपद्रव देण्याची शक्ती आणि काही अमेरिकन माणसांची अंध भक्ती एवढेच काय ते या माहात्म्याचे भांडवल आहे. लहर लागेल तेव्हा आमच्या दरवाजात गांधींनी प्राणांतिक उपोषण खुशाल सुरू करावे. आम्ही त्यांना मुळीच हरकत करणार नाही. असल्या उपोषणाकरिता आमच्या दाराची निवड करून आमच्या हालचालीच्या हक्कांवर ते अतिक्रमण करीत असले तरी उपास करून प्राण सोडण्याच्या त्यांच्या हक्काला आम्ही जोराचा पाठिंबा देऊ. त्यांची असहकारिता आणि तत्सदृश सर्व जुनाट कल्पना इसवी सनापूर्वीच्या जगाला शोभणाऱ्या आहेत.' नवे जग निर्माण करण्याच्या गप्पा झोडणाऱ्या उर्मट गोऱ्या पंडितांची ही भाषा आपण पत्रकारांनी काय मुकाट्याने ऐकून घ्यायची?

आपल्या वृत्तपत्रांना आपले अंतरंग अधिक सकस आणि आकर्षक कसं करता येईल याचे हे अगदी तोकडे व ओझरते दिग्दर्शन आहे. मात्र यावरून मराठी वृत्तपत्रांनी गेल्या पंचवीस वर्षांत काहीच प्रगती केली नाही, असा जर कुणी ग्रह करून घेईल तर तो सर्वस्वी चुकीचा ठरेल. दैनिक वृत्तपत्र ही एक अडगळीची खोली आहे, असे वाटायला लावणारी काही पत्रे जरी अजूनही प्रसिद्ध होत असली तरी 'संग्राम' व 'प्रभात' ही मुंबईची आणि 'प्रभात' व 'काळ' ही पुण्याची पत्रे आपापल्या आकर्षक मांडणीने वाचकांच्या सहज डोळ्यांत भरतात. प्रचार कशाचा करावा ही गोष्ट प्रत्येकाच्या प्रामाणिक निष्ठेवर अवलंबून आहे. पण तो कुशलतेने व हिरिरीने कसा करावा याचा नमुना म्हणून 'लोकयुगा'कडे बोट दाखवायला हरकत नाही.

अनुरंजनाच्या अगदी खालच्या पातळीवर न उतरताही मजकुरात विविधता आणण्याचा 'मौजे'चा गेल्या दीड-दोन वर्षांतला प्रयत्न अभिनंदनीय आहे. जावडेकर, गाडगीळ, घोरपडे इत्यादी संपादकांची विद्वत्ता आणि तळमळ बहुजन समाजात विचारजागृती करण्याच्या कामी चांगला हातभार लावीत आहे. टिळक-आगरकरांची बुद्धी, त्याग आणि निष्ठा यांची उज्ज्वल परंपरा राजकीयदृष्ट्या प्रतिस्पर्धी म्हणून समोरासमोर उभ्या राहणाऱ्या आपल्या काही वृत्तपत्रांतून सारख्याच तेजस्वीपणाने संवर्धित होत आहे ही गोष्ट नमूद करताना कुणाला आनंदयुक्त अभिमान वाटणार नाही?

दक्षिण महाराष्ट्रातल्या वृत्तपत्रांनीही आपण याच श्रेष्ठ लढाऊ परंपरेचे वारस आहोत याचे स्वत:ला केव्हाही विस्मरण होऊ देता कामा नये. ध्येयवाद हा वृत्तपत्रांचा आत्मा असला पाहिजे, या विधानामध्ये हाच अर्थ अभिप्रेत असतो. घरच्या छापखान्याला काम मिळावे म्हणून सरकार आणि चित्रपट यांच्या जाहिराती चरितार्थाला चांगल्या उपयोगी पडू शकतात म्हणून, 'ओसाड गावात एरंड बळी' या न्यायाने आपली टिमकी वाजविता येते म्हणून किंवा असेच दुसरे काही अंत:स्थ हेतू मनात धरून वृत्तपत्रव्यवसायात शिरणे याच्याइतके भयंकर सामाजिक पाप दुसरे कुठलेही नसेल. प्रेम, प्रतिभा, पांडित्य आणि प्रज्ञा या चार आधारस्तंभांवरच पवित्र वृत्तपत्रमंदिर उभे राहू शकते; पण आपले हे आधारस्तंभ पोकळ असता कामा नयेत. वृत्तपत्र-व्यवसायाचे प्रेम म्हणजे नुसती हौस नव्हे, ती आंतरीची ओढ असायला हवी. प्रतिभेच्या नावाखाली असंस्कृत आणि असंयमित अशी बुद्धीची आतषबाजी वृत्तपत्रांतून वारंवार दृष्टीला पडते. पण चटकदारपणा व चटोरपणा यात जमीन-अस्मानाचं अंतर असू शकतं आणि बुद्धीच्या लखलखाटाच्या मागे ज्ञानाची ज्योती अथवा हृदयाचा जिव्हाळा असतोच असे नाही. राज्यपद्धती काय किंवा कलाकृती काय लोकांच्या लायकीप्रमाणेच त्या निर्माण होत असतात हे पूर्ण सत्य नाही. ते एक अर्धसत्य आहे. बुद्धिवंतांना बहुजन समाजाची लायकी वाढविता येते, त्यांची अभिरुची सुधारता येते, आपल्यामागून त्यांना उच्च ध्येयपूर्ण वातावरणात नेता येते. प्रतिभेचे लेणे ज्यांना लाभले आहे, अशा पत्रकारांनी क्षुद्र किंवा क्षणिक लोकरंजनाच्या खालच्या पातळीवर येण्यापेक्षा आपल्या अभिजात वाङ्मयगुणांनी लोकांना उच्च वैचारिक पातळीवर न्यायला नको काय?

प्रतिभेप्रमाणे पांडित्याचाही आपल्याकडे अनेकदा दुरुपयोग झालेला आढळतो. हिरकणी कितीही मौल्यवान असली तरी अलंकार म्हणूनच तिचा उपयोग केला पाहिजे. अन्न म्हणून ती कोणी गिळू लागला तर त्याच्या प्राणावर बेतल्याशिवाय राहणार नाही. पांडित्याचेही असंच आहे. केवळ त्याच्या प्रदर्शनाने काही वृत्तपत्रांची उपयुक्तता वाढत नाही. सामान्य वाचकाच्या गळी उतरविण्याइतके ते सोपं करण्याची कलाही पत्रकारांनी साध्य केली पाहिजे. पुस्तकी पांडित्य हा वृत्तपत्रांतला पांढरा हत्ती

आहे, हे त्यांनी कधीच विसरू नये. आपल्या पायाखाली काय जळत आहे, आपल्या भोवताली कसली आग धुमसत आहे, आपल्या अंगावर येऊन पडणाऱ्या ठिणग्या कुठल्या वणव्याच्या आहेत याचा शोध करायचे सोडून आमचे अनेक पत्रपंडित रशियात ठिकठिकाणी लागलेल्या आगी (त्यातल्या अनेक काल्पनिकच असतात) विझविण्याकरिता वेळी-अवेळी आपल्या अकलेचे बंब घेऊन धावत असतात. प्रत्यक्ष कार्य करताना येणारी अनुभूती हाच पत्रपांडित्याचा निकष आहे याचा जणूकाही विसरच पडतो त्यांना!

प्रज्ञा हा प्रतिभेप्रमाणे निसर्गदत्त किंवा पांडित्याप्रमाणे अभ्याससाध्य असा विशेष नाही. तो जीवनाच्या विशाल जाणिवेतून आणि व्यक्तित्वाच्या सर्वस्पर्शी विकासातून निर्माण होतो; पण त्याच्या अभावी पत्रकाराचे अनेक अमोल गुण वाया जाण्याचा संभव असतो. ज्याचे भूतकालाविषयीचे प्रेम आंधळे नाही, ज्याला वर्तमानकाळातला काळोख भेडसावून सोडीत नाही, उलट या काळोखातच भविष्याची उज्ज्वल स्वप्ने पाहण्याची ज्याची शक्ती नित्य विकसित होत असते तोच प्रज्ञावंत पत्रकार होऊ शकतो.

सध्या जागतिक राजकारणाला विविध हिंस्त्रपशूंनी गजबजलेल्या अरण्याचे स्वरूप प्राप्त झाले आहे. आपल्याला गुलामगिरीत डांबून ठेवणाऱ्यांच्या दृष्टीने आपणा सर्वांची आमरण लढणारा सैनिक एवढी एकच एक जात होऊ शकते हे आपण जाणायला हवे. पराभूतांच्या पायात अवजड शृंखला ठोकून त्या पुष्पमाळांनी शृंगारणाऱ्या धूर्तांशी आमरण युद्ध करणे हा एकच दुर्दैवाने दास्यात पडलेल्यांचा धर्म होऊ शकतो. पण आपल्या या अभागी मायभूमीत स्वातंत्र्ययुद्धातही धार्मिक पक्ष आणि जातीय उपपक्ष मोठ्या ऐटीने डेरादांडी देऊन बसले आहेत. आपली कितीतरी शक्ती निरर्थक वादविवादांत, शाब्दिक कलहांत आणि भेदभाव वाढविणाऱ्या कारवाया करण्यात खर्ची पडत आहे. सामान्य मनुष्याचे कर्तृत्व अगतिक करून सोडणाऱ्या या चक्रव्यूहातून त्याला प्रज्ञावंत पत्रकारच बाहेर काढू शकतील. लपंडावात निष्णात असलेले लबाड मुत्सद्दी काही म्हणोत, स्वार्थलंपट कोट्यधीशांचे छुपे संकल्प कोणतेही असोत, शूर तरवारबहाद्दरांना भावी विजयाची कसलीही स्वप्नं पडत असोत त्यांच्या हातून जगाची घडी यापुढे नीट बसण्याची आशा उरलेली नाही. ते काम आता जगातल्या बहुसंख्य जनतेचं आहे, प्रत्येक राष्ट्रातल्या प्रत्येक मानवताप्रेमी व्यक्तीचं आहे, जागृत होऊ घातलेल्या जगातल्या सर्व माणसांच्या अंत:करणातल्या आत्मशक्तीचं आहे. त्या आत्मशक्तीला प्रामाणिकपणाने आवाहन देणे, ती संपूर्णपणे जागृत विशाल दृष्टीने तिची संघटना करणं, तिच्या हातात भावनेचं शस्त्र देणं आवश्यक असले तरी बुद्धिवादच या भावनेचं सदैव सारथ्य करील अशी दक्षता घेणे, सत्याचा मक्ता काही एकाच पक्षाला किंवा तत्त्वज्ञानाला मिळालेला नसतो हे जाणून त्याचे सर्वत्र विखुरलेले सुवर्णकण एकत्रित करणे आणि या विचारसंपदेच्या

साहाय्याने आजपर्यंत दलित, उपेक्षित आणि दुर्बल राहिलेल्या सामान्य मनुष्याचं कर्तृत्व फुलविणं – एक ना दोन अशा हजारो गोष्टी प्रज्ञानिष्ठ पत्रकाराच्या कुशल मार्गदर्शनाची आज आतुरतेने वाट पाहत आहेत.

मानवधर्माच्या अंतिम ध्येयावरली दृष्टी ढळू न देता पायरीपायरीने ते ध्येय कसं साध्य होईल हे पाहणं, नित्य आणि नैमित्तिक यांचा चातुर्याने मेळ घालणं, परतंत्र देशात राजकीय स्वातंत्र्य हेच जनतेला आपले साध्य वाटणं स्वाभाविक असले तरी उद्याची राष्ट्रीय क्रांती ही परवाच्या समतेच्या भूमिकेवरून होणाऱ्या सामाजिक क्रांतीचं एकमेव प्रभावी साधन आहे याचा कुणालाही विसर पडू न देणं ही कामं अशा श्रेष्ठ पत्रकारांचीच आहेत. असे पत्रकार प्रतिभासंपन्न कवीप्रमाणे जन्मावेच लागतात. ते विद्यापीठांतून किंवा वृत्तपत्र कचेऱ्यांतून – घडविता येत नाहीत हे थोडेफार खरे असले तरी, असे पत्रकार आपल्यामध्ये आदर्श म्हणून का होईना, पूज्य मानले गेले पाहिजेत.

प्रेम, प्रतिभा, पांडित्य आणि प्रज्ञा हे जनमनावर अधिराज्य गाजविणाऱ्या पत्रकाराचे चतुरंग दल आहे. लोकसेवा हेच या चतुरंग दलाने युक्त असलेल्या पत्रकाराचे प्रमुख कर्तव्य असते. पण या कर्तव्याची पुरेपूर जाणीव व्हायला, ती जाणीव असूनही हातून ते तन्मयतेने पार पाडायला आणि ते पार पाडताना मार्गात येणाऱ्या विविध मोहांवर विजय मिळवायला पत्रकाराच्या अंगी पहिल्या प्रतीचा नि:स्पृहपणा हवा.

आपण ज्या शतकात वावरत आहोत त्याने मानवतेला अनेक वर दिले असले तरी, त्या वरांचा तिला उपयोग होऊ नये म्हणूनच की काय, त्याने तिला एक अघोर शापही देऊन ठेवला आहे. तो शाप म्हणजे आजच्या समाजात आत्म्याच्या सुलभ विक्रयाची गुपचूपपणे हां हां म्हणता होणारी व्यवस्था. यंत्रयुगाने निर्माण केलेल्या अर्थनिष्ठ जीवनाने जगाच्या बाजारपेठा जशा सर्वांना मोकळ्या केल्या, त्याचप्रमाणे मानवी जीवनातल्या प्रिय आणि पूज्य कल्पनाभावनांचाही बाजार त्याने निर्माण केला. सर्वसामान्य मनुष्याच्या उदात्त भावना, त्याची उज्ज्वल ध्येये, त्याची बुद्धी, त्याचा आत्मा, त्याची निष्ठा, त्याचे शील, त्याची स्वातंत्र्यप्रियता – सर्वकाही या बाजारात आजकाल विकत घेतले जाते. हा माल विकत घेणारी गिऱ्हाइके मुख्यत: दोन वर्गांतली असतात. पहिला सत्ताधाऱ्यांचा आणि दुसरा संपत्तीवाल्यांचा! अडाण्यापेक्षा सुशिक्षित, शिकलेल्या कारकुनापेक्षा कुशाग्र बुद्धीचा पंडित, बुद्धिवान पंडितापेक्षा चतुर वक्ता आणि कुशल लेखक अशा या गिऱ्हाइकांच्या आवडीच्या अनेक चढत्या पायऱ्या असतात. पत्रकाराइतकी प्रभावी सार्वजनिक शक्ती आजच्या जगात दुसरी कुठलीही नसल्यामुळे साहजिकच या मालावर या बड्या धेंडांची अधिक उडी पडते. त्याच्या दारिद्र्याचा अवास्तव फायदा घ्यायला हे शिष्ट लोक कधीच कचरत नाहीत.

आपली सोंगेढोंगे चव्हाट्यावर आणण्याचे किंवा आपल्या अमानुष अन्यायांना सतत वाचा फोडण्याचे सामर्थ्य फक्त पत्रकारांच्याच अंगी मोठ्या प्रमाणात असते, याची पुरेपूर कल्पना असल्यामुळे त्याला गुलाम करण्याकरिता ते नेहमी त्याच्या वाटेत सोन्याचे मोहक सापळे ठेवतात, त्याच्याभोवती संकटांची जाळी कुशलतेने पसरली जातील अशी काळजी घेतात. त्यांच्या जाळ्यांत जो अडकला किंवा सोनेरी सापळ्यात जो सापडला तो आपल्या आत्म्याला मुकला, असं खुशाल समजावं. आत्मविक्रय हा प्रथम-प्रथम फुटकळ व्यापार वाटत असला तरी त्याचं खरंखुरं स्वरूप घाऊकच असते. पत्रकाराचा आत्मविक्रय हा तर जगातला सर्वात मोठा बौद्धिक व्यभिचार आहे. एखाद्या प्रचंड शहराला पाणी पुरविणाऱ्या तलावात थेंबाथेंबाने पण क्षणाक्षणाला विष घालण्याइतका तो राक्षसी गुन्हा आहे. आपले आसन टिकवू पाहणारे अधिकारी आणि आपले सिंहासन सांभाळू पाहणारे संस्थानिक, कोटीचे दहा कोटी करण्याकरिता धडपडणारे धनिक आणि त्यांच्या नागड्याउघड्या स्वार्थावर आपल्या पांडित्याचे पांघरूण घालणारे पढीक प्रचारक, आपल्या पोकळ प्रतिष्ठेचे, आचरट अहंकाराचे किंवा लुळ्यापांगळ्या तत्त्वज्ञानाचे डोलारे लोकांनी पूज्य मानावे या कल्पनेने झपाटलेले लब्धप्रतिष्ठित इत्यादिकांना यापुढच्या काळात पत्रकाराचे मोठेपण पूर्वीपेक्षाही अधिक तीव्रतेने पटेल. त्यांना विकत घेण्याचे प्रयत्न ते मोठ्या कसोशीने आणि कौशल्याने करतील. अशा प्रकारचा राष्ट्रीय अध:पात टळावा, वृत्तपत्रे ही स्वभावत: स्वतंत्र वृत्तीची शिकारी कुत्री असतात, ती कुणाचीही पाळीव कुत्री होऊन चार तुकड्यांवर राजी राहायला कधीच तयार होणार नाहीत हे जगाला कळावे, पत्रकाराच्या सामर्थ्यशाली लेखणीने कुणाचेही दास्य – मग ते बंदुकांचे असो वा संदुकांचे असो, सत्तेचे असो अथवा संपत्तीचे असो, सामाजिक रूढींचे असो किंवा धार्मिक तत्त्वज्ञानाचे असो – पत्करू नये म्हणून इशाऱ्याचा हा तांबडा कंदील दाखविण्याचे धाडस मी करीत आहे.

आतापर्यंत मी पत्रकारांच्या कठोर कर्तव्याचाच विचार केला. पण जो आपलं कर्तव्य तत्परतेने आणि प्रामाणिकपणाने पार पाडतो त्याच्या हक्कांची काळजी सध्याच्या समाजात घेतली जातेच असे नाही. जो सर्वांत मोठा करभार सोसतो, त्या कर्त्याला आपल्या देशाच्या कारभारात कितीसा भाग दिला जातो? राष्ट्राच्या पुढच्या पिढीची उंची ज्याच्या कर्तृत्वावर अवलंबून आहे तो प्राथमिक शिक्षक पिढ्यान्‌पिढ्या अर्धपोटी राहत आला आहे, याची दखल आजपर्यंत आपण कितीशी घेतली आहे? समाजसेवेकरिता संसारावर तुळशीपत्र ठेवणाऱ्या किंवा देशासाठी धगधगत्या अग्निकुंडात उडी घेणाऱ्या त्यागी नरपुंगवांच्या बायका-पोरांना मध्यान्हकाळी चार घास मिळतात की नाही याची काळजी आपल्यातले कितीसे लोक करतात? धर्म आणि अर्थ यांचे सहकार्य नसणं हा सध्याच्या समाज-रचनेतला सर्वांत मोठा दोष आहे. मूलगामी

समतेचा पुरस्कार करणारी आणि सामान्य मनुष्याला ध्येयवादी बनविणारी सामाजिक क्रांतीच तो दोष नाहीसा करील. त्या क्रांतीच्या क्षणापर्यंत शिक्षक, लेखक, पत्रकार आणि समाजसेवक यांनी आपण बौद्धिक काम करणारे मजूर आहोत, किसानकामगारांचे मध्यमवर्गातले भाऊबंद आहोत असे गृहीत धरूनच आपले कर्तव्य करीत आणि आर्थिक हक्कांकरिता झगडत राहिलं पाहिजे. मराठी पत्रकार परिषदेने हा प्रश्न हाती घेतलाच आहे. तो सोडविण्याच्या कामी वृत्तपत्रांशी संबंध असणारी सर्व मंडळी आपली पराकाष्ठा करतील, अशी मला आशा आहे.

मित्रहो, पत्रकाराची अखिल भारतीय संघटना, हरतऱ्हेच्या फसव्या जाहिरातींवर बहिष्कार टाकण्याची काहीतरी व्यवहार्य योजना, मराठी वृत्तपत्रे हेच मराठी बहुजन समाजाचे खरेखुरे विद्यापीठ असल्यामुळे त्याला पोषक होणाऱ्या महाराष्ट्र विद्यापीठाची स्थापना, महाराष्ट्राच्या एकीकरणाची कल्पना इत्यादी विषय निरनिराळ्या दृष्टींनी अत्यंत महत्त्वाचे असले तरी सद्य:स्थितीत त्यांना शाब्दिक पाठिंबा देण्यापलीकडे आपले हे छोटेसे प्रादेशिक संमेलन दुसरे काय करू शकणार आहे? मात्र वृत्तपत्र व्यवसायातल्या अनेक शाखांचे पद्धतशीर शिक्षण मिळाल्याशिवाय त्यांच्यात सुधारणा होणे दुरापास्त असल्यामुळे पत्रपांडित्याच्या अभ्यासक्रमाचा प्रश्न आपल्या दृष्टीने अधिक निकडीचा आहे. मुंबई विद्यापीठाच्या मागे लकडा लावूनही हे काम लवकर होण्यासारखे नसेल तर ज्या टिळक विद्यापीठाचा रौप्यमहोत्सव लवकरच साजरा होणार आहे, त्या विद्यापीठामार्फत पत्रपांडित्याचे पदवीपरीक्षेपर्यंतचे सर्व वर्ग चालविले जातील अशी खटपट अखिल महाराष्ट्राने करून पाहिली पाहिजे. टिळक विद्यापीठाने वृत्तपत्र शिक्षणाचा पुरस्कार करणं हे सर्व दृष्टीने समुचित आहे हे काय मी सांगायला हवे? लोकमान्य टिळक हे महाराष्ट्राचे आदर्श पत्रकार होते आणि वृत्तपत्रशिक्षण हे सामान्य शिक्षणाहून स्वभावत:च अधिक राष्ट्रीय असे शिक्षण आहे.

दक्षिणी संस्थानांतल्या पत्रकारांचे हे संमेलन असूनही या संस्थानांतल्या अनेकविध गुंतागुंतीच्या प्रश्नांचा किंवा तिथल्या लहानमोठ्या घडामोडींचा उल्लेख मी मुळीच केला नाही याचे कदाचित आपल्याला आश्चर्य वाटेल. मी पंडित असतो तर सामायिक हायकोर्टापासून दक्षिणी संस्थान-लोकपरिषदेर्यंतच्या अनेक प्रचलित प्रश्नांचा परामर्श अवश्य घेतला असता. पण पांडित्याचा माझ्यापाशी पूर्ण अभाव आहे. शिवाय, निरनिराळ्या प्रजापरिषदा राजकारणाचे स्थानिक प्रश्न यथाशक्ती आणि यथामती सोडवीत आहेत. अनेक कर्तबगार माणसं आपापल्या आवडीच्या क्षेत्रांत निष्ठेनं सामाजिक कार्य करीत आहेत. या सर्व व्यक्तींच्या विषयी माझ्या मनात अत्यंत आदर वसत आहे. त्यांची धडपड स्थानिक किंवा नैमित्तिक असली तरी तिच्यामागे किती तळमळ आणि केवढा त्याग आहे याची मला पूर्ण कल्पना आहे. आपण पत्रकारांनी पक्षाभिनिवेश न धरता त्या सर्वांना शक्य ते साहाय्य केलं पाहिजे.

मात्र एकीकडे असे साहाय्य करीत असतानाही आपला दृष्टिकोन विशाल आणि तेजस्वी व्हावा म्हणून आपण निष्ठेने विविध शास्त्रांची आणि समाजजीवनाची उपासना केली पाहिजे. वृत्तपत्रे कितीही लहान असली तरी ती गरुडाची पिल्लं असतात. जवळच्या सर्पांच्या संहाराइतकेच दूर स्वर्गात असलेला अमृतकुंभ हस्तगत करणे हेही गरुडाचे उद्दिष्ट असले पाहिजे. आपला समाज, आपले राष्ट्र किंबहुना अखिल मानवजात आज कोणत्या स्थितीत आहे आणि ही दारुण दुर्दशा नाहीशी करण्याकरिता आपण कोणत्या मार्गाने गेले पाहिजे याचा सतत विचार करणे हे आपले कर्तव्य आहे. स्वप्नाळू न होताही जो भविष्याची उज्ज्वल स्वप्ने पाहू शकतो त्यालाच क्रांतीचा सच्चा सैनिक म्हणवून घेण्याचं भाग्य लाभतं. हे भाग्य आपणा पत्रकारांच्या वाट्याला इतरांपेक्षा अधिक प्रमाणात येण्याची शक्यता नेहमीच आहे. 'मुकुट रंकासि दे, करटि भूपाप्रती' असे आळवीत तांब्यांनी ज्या रुद्राला आवाहन केले, त्याच्या अवताराला अधिक योग्य असे कुठले जग आजकाल असेल तर ते वृत्तपत्रांचेच आहे. अंध रूढी, जुलूम आणि गुलामगिरी – मग ती राजकीय असो, सामाजिक असो, धार्मिक असो वा आर्थिक असो – यांची पाळंमुळं खणून काढणं हे पत्रकारांच्या कुळाचे ब्रीद आहे. सहा वर्षांची हद्दपारीची शिक्षा ठोठावणाऱ्या आंधळ्या पण उद्दाम ब्रिटिश न्यायदेवतेला 'तुझ्यापेक्षा श्रेष्ठ अशी शक्ती जगात आहे' असे बजावून सांगणाऱ्या लोकमान्यांचा वारसा तुमच्याकडे आलेला आहे. तुमच्या लेखणीत सत्याचे आणि न्यायाचे सर्व सामर्थ्य एकवटू दे. तिच्या अंगी आपोआप वज्राची शक्ती निर्माण होईल. त्या वज्राच्या प्रहारांनी भारतमातेच्या पायांतून तुटून पडणारी एकेक शृंखला माझ्या डोळ्यांपुढे उभी राहत आहे. ही राक्षसी हुकूमशाही, जिची तृष्णा कधीच शमत नाही अशी ही अघोरी साम्राज्यशाही, माणसाला माणसाच्या रक्ताची चटक लावणारी ही आर्थिक विषमता, माणसाला पशूचं जीवन कंठायला लावणारं हे अज्ञान, या जगात माणसाला फक्त मरण्याचा हक्क आहे असे वाटायला लावणारे हे अमानुष दारिद्र्य -

हरतऱ्हेच्या दास्यांतून मुक्त होऊ इच्छिणारे हे जुने गांजलेले जग – त्या जगातली तुमची ही दुर्दैवी मातृभूमी तुम्हांला केशवसुतांच्या वाणीने विनंती करीत आहे –

पूर्वीपासुनि अजुनि सुरासुर
तुंबळ संग्रामाला करिती
संप्रति दानव फार माजती
देवांवर झेंडा मिरविती
देवांच्या मदतीस चला तर!

◆

मित्रहो,

आपल्यासारख्या दूरस्थ सुहृदांच्या सहवासात आणि प्रिय अशा साहित्यविषयक चर्चेत दोन दिवस घालविण्याचा योग आज मला आणून दिल्याबद्दल येथील महाराष्ट्र मंडळाचा मी अत्यंत आभारी आहे. डोंगरचे आवळे आणि समुद्राकाठचे मीठ यांची ही भेट आहे असं म्हटले तरी हरकत नाही. शिरोड्यासारख्या कोकणातल्या एका आडबाजूच्या खेड्यात राहणारा माझ्यासारखा लेखक विंध्याचल ओलांडून मराठी भाषेच्या एका सुखसोहळ्यात भाग घेण्याकरिता आज उज्जयिनीत उपस्थित झाला आहे या एका दृष्टीनेच मी हे म्हणत नाही. अशा उत्सवांत जी साहित्य-चर्चा होत असते, तिच्यातला खरा रस आपल्यासारख्या वाङ्मयभक्तांच्या कुशाग्र पण सहृदय अशा रसिकतेतूनच मुख्यत: निर्माण होत असतो. तथापि, आवळ्याचा आस्वाद घेताना थोड्याशा मिठाने जशी त्याची रुची वाढते, त्याप्रमाणे लेखकाच्या सान्निध्याने रसिकांच्या विचारविकासालाही थोडेफार साहाय्य होते. त्या हेतूनेच आपण मला हे अध्यक्षस्थान दिले आहे असे मी मानतो.

न झालेले भाषण
महाराष्ट्र-मंडळ, उज्जयिनी

लहानपणी कुठल्याही सभेला गेले की, तिचे अध्यक्षपद अलंकृत करणाऱ्या मनुष्याचा मला फार हेवा वाटे. बाकीचे लोक गर्दीत कसेबसे एकमेकांना चेंगरीत बसले असताना त्याला मिळणारी ती उच्च प्रशस्त खुर्ची, अध्यक्षमहाराज नुसते उभे राहिले तरी होणारा टाळ्यांचा कडकडाट, भाषण संपल्याबरोबर त्यांच्या गळ्यात पडणारा तो सुंदर फुलांचा लांबलचक हार – बालपणातल्या अनेक महत्त्वाकांक्षांपैकी एकदा तरी सभेचा अध्यक्ष होणे ही माझी एक प्रमुख आकांक्षा होती.

पण लहानपणचे ते गोड स्वप्न प्रत्यक्षात उतरू लागल्यापासून माझी अध्यक्ष होण्याची हौस पार मावळून गेली आहे. राजाच्या मुकुटाप्रमाणे अध्यक्षाची खुर्चीही

काटेरी असते, हा अनुभव मी हल्ली वारंवार घेत आहे. श्रोत्यांच्या स्वत:विषयीच्या विविध अपेक्षा पूर्ण करणे आपणांला शक्य नाही, या विचाराने क्षणोक्षेणी हा प्राणी मनातल्या मनात किती अस्वस्थ होत असतो हे - छे! स्त्री आणि दलित यांच्यासारखेच अध्यक्षांचेही एक तीव्र दु:ख असते. सभापती झाल्याशिवाय ते मूक दु:ख कुणाला कधीच कळायचे नाही.

स्वत:च्या अपूर्णतेची अशी जाणीव असूनही आपल्या आजच्या समारंभाचे निमंत्रण मी स्वीकारले ते मुख्यत: दोन कारणांकरिता. पहिले – या इतिहासप्रसिद्ध अवंतिका नगरीच्या दर्शनाविषयीची माझी फार दिवसांची अतृप्त उत्सुकता. लहानपणी आजोबांच्या प्रात:स्मरणाने मी जागा होत असे. त्या वेळी ते 'अयोध्या मथुरा माया' हा श्लोक म्हणू लागले की, माझ्या डोळ्यांपुढे त्या प्रत्येक पुण्यक्षेत्राचे अद्‌भुतरम्य चित्र उभे राही, इतिहास-पुराणांत वाचलेल्या त्या स्थानांविषयीच्या रम्य गोष्टी आठवू लागत आणि या प्राचीन पुनीत स्थलांचे दर्शन आपल्याला कधी होईल अशी हुरहूर मनाला लागे. कॉलेजमध्ये गेल्यावर कालिदासाशी परिचय होऊन अवंतिकेविषयी लहानपणापासून मनाला वाटणारी उत्सुकता शतपटींनी वाढली. ती तृप्त होण्याची संधी आपणांमुळे आज मला लाभत आहे.

अध्यक्षपद स्वीकारण्याचं दुसरं कारण - आपल्यासारख्या साहित्यप्रेमी रसिकांच्या विचारविनिमयाचा लाभ हे आहे. हरून अल् रशिद वेषांतर करून रात्री-अपरात्री आपल्या नगरीत फिरत असे अशी जी आख्यायिका आहे तिच्यात इतिहासाच्या दृष्टीने नसला तरी मानवी स्वभावाच्या दृष्टीने फार मोठा सत्यांश आहे. आपला राज्यकारभार प्रजेला सुखावह व्हावा अशी प्रामाणिक इच्छा असणाऱ्या राजाने तिची खरीखुरी गाऱ्हाणी ऐकण्याकरिता जसे राजवाड्याबाहेर पडले पाहिजे, त्याप्रमाणे आपले लेखन समाजाच्या उच्च आनंदात भर टाकणारे आणि त्याच्या सर्वांगीण प्रगतीला हातभार लावणारं व्हावं असे ज्या लेखकाला मन:पूर्वक वाटतं, त्यानं निरनिराळ्या ठिकाणी राहणारे आणि विविध व्यवसाय करणारे रसिक आपल्या वाङ्मयाविषयी काय म्हणतात हे ऐकायला आपल्या चिमुकल्या कल्पनारम्य घरकुलाबाहेर आलं पाहिजे. या आकर्षणानेही मला येथे ओढून आणले आहे. मात्र या बाबतीत लेखक राजापेक्षा अधिक भाग्यवान असतो हे कबूल केलंच पाहिजे. स्वत:विषयीची वाचकांची मतं ऐकण्याकरिता त्याला वेषांतर करावं लागत नाही किंवा रात्री-अपरात्री काळोखात भटकावंही लागत नाही. तो उजळ माथ्याने दिवसाढवळ्या अध्यक्षाच्या खुर्चीवर येऊन ऐटीने ती अलंकृत करू शकतो.

आज येथे जे साहित्यभक्त जमले आहेत त्यांच्या कर्तृत्वाची अनेक वाङ्मयीन कार्यक्षेत्रे आतुरतेने वाट पाहत आहेत. महाराष्ट्राच्या मध्यभागापासून आपण दूर असाल; पण मातृभाषेच्या प्रेमाला आपण मुळीच दुरावला नाहीत, असे मी नि:शंकपणे

म्हणू शकतो. उज्जयिनीची वेधशाळेबद्दल असलेली कीर्ती वाङ्मयाच्या बाबतीतही आपणांला सार्थ करता येईल. हिंदी आणि मराठी यांच्या सीमा येथे परस्परांना बिलगल्या आहेत, किंबहुना, त्या दोघी एकाच घराण्यात दिलेल्या बहिणी-बहिणीप्रमाणे येथे नांदत आहेत. या परिस्थितीचा हौशी मराठी साहित्यसेवकांनी अवश्य उपयोग करून घेतला पाहिजे. यापुढे हिंदी, मराठी, बंगाली, गुजराती, तमीळ किंवा कानडी वाङ्मय ती-ती भाषा बोलणाऱ्या प्रांतात कोंडून राहता कामा नये. त्याचा सर्व भारतवर्षात पद्धतशीर प्रसार होणे राष्ट्रीयदृष्ट्या आवश्यक आहे. आजच्या प्रत्येक प्रांतिक वाङ्मयाची स्थिती तिजोरीत ठेवलेल्या पारिजातकाच्या फुलांसारखी किंवा निर्नाद (Sound proof) खोलीत गायिल्या जाणाऱ्या गंधर्वगीतासारखी आहे. साक्षर समाजाची वाचनाची भूक झपाट्याने वाढत असली तरी मातृभाषेत प्रसिद्ध होणाऱ्या तिसऱ्या व चौथ्या दर्जाच्या वाङ्मयावरच त्याला ती आज कशीबशी भागवावी लागत आहे. अशा वेळी प्रांतिक भाषांनी जर आपापल्या अभिजात आणि सौंदर्ययुक्त वाङ्मयाची देवाण-घेवाण केली तर सामान्य वाचकांच्या अभिरुचीला सहजासहजी श्रेयस्कर वळण लागेल. भिन्नभिन्न प्रांतांतील लोकांना दुसऱ्या प्रांतांतील चालीरीती, विचारप्रवाह, सामाजिक प्रश्न इत्यादिकांचा वाङ्मयद्वाराने होणारा परिचय ज्या अखंड भारताची आणि समताप्रधान समाजरचनेची आपणांला स्वप्ने पडू लागली आहेत त्यांच्या प्रत्यक्ष अवताराला परिपोषक झाल्यावाचून राहणार नाही. उच्च दर्जाचे हिंदी साहित्य मराठीत आणणे आणि श्रेष्ठ मराठी साहित्याला हिंदी वेष चढविणं ही कामं येथील साहित्यसेवकांनी अगत्य हाती घ्यावीत अशी मी त्यांना विनंती करतो. सध्याच्या जगात पिकविणाऱ्याइतकेच प्रसार करणाऱ्याचंही महत्त्व आहे. येथील एक साहित्यिक प्रो. अ. म. जोशी यांनी जैनेंद्र कुमारांच्या एका छोट्या कादंबरीचा अलीकडेच मराठीत केलेला सरस अनुवाद आपण सर्वांनी वाचला असेलच. त्यांच्याप्रमाणे इतरांनी हा मार्ग चोखाळला तर आजच्या मराठी वाङ्मयात राष्ट्रीयदृष्ट्या महत्त्वाची व साहित्याच्या दृष्टीने मोलाची भर घालण्याचे श्रेय त्यांना मिळेल.

अशा प्रकारचे अनुवादित वाङ्मय हे लग्नातल्या आहेरासारखे असतं असं म्हणता येईल. आहेरादाखल आलेल्या वस्तू सुंदर आणि मौल्यवान असतात यात शंका नाही. पण त्या वस्तू म्हणजे काही आपली घरातली सर्व संपत्ती नव्हे. घराचं वैभव त्याच्या सजलेल्या विविध दालनांत, देवघरापासून अभ्यासिकेपर्यंत (study room) सर्वत्र दिसून येणाऱ्या अनुरूप सुंदर साहित्यात, घरात वावरणाऱ्या स्त्रियांच्या नि मुलांच्या वस्त्रालंकारांत आणि त्यापेक्षाही घरात राहणाऱ्या माणसांच्या अंगच्या सौजन्यात अणि सामर्थ्यात दिसून येते. त्या दृष्टीने आजच्या मराठी शारदेच्या मंदिराकडे पाहिले तर आपल्याला काय दिसते? कथा-कादंबऱ्यांच्या दालनाशिवाय

इतर सर्व दालने आपणाला थोडीफार ओकीओकी वाटत नाहीत काय? आणि कथा-कादंबऱ्यांची विपुलता डोळ्यांत भरण्याजोगी असली तरी त्यातही संख्या आणि गुण यांचे प्रमाण सम आहे असं म्हणण्याचा धीर काही मनाला होत नाही. वाचक वाढले आहेत, पण वाचकांची अभिरुची मात्र अभिजात झालेली नाही. कुठल्याही काळातल्या वाङ्मयनिर्मितीचे स्वरूप काही अंशी वाचकांवर अवलंबून असल्यामुळे अजूनही सूक्ष्म कलागुणांनी युक्त असे ललित अथवा विचारप्रवर्तक वाङ्मय मराठीत विपुल प्रमाणात उत्पन्न होऊ शकत नाही.

याचा अर्थ आजच्या मराठीत वरच्या प्रतीचे लेखक नाहीत असा मुळीच नाही. फडक्यांची 'दौलत' अथवा 'प्रवासी' कादंबरी हिंदुस्थानातल्या कुठल्याही भाषेत किंबहुना इंग्रजीत अनुवादित झाली तरी ती तिथल्या रसिकांना आवडल्याशिवाय राहणार नाही. 'इंदु काळे आणि सरला भोळे', 'सुकलेले फूल', 'धावता धोटा', 'भंगलेले देऊळ', 'हिंदोळ्यावर' इत्यादी कादंबऱ्या कुठल्याही साहित्यात वरच्या दर्जाच्याच ठरतील. तांबे, यशवंत, बोरकर यांच्या निवडक कविता, कृष्णाबाई, य. गो. जोशी, लक्ष्मणराव सरदेसाई प्रभृतींच्या काही कथा, काणेकर व फडके यांचे दहा-वीस लघुनिबंध, वरेरकर आणि अत्रे यांची तीन-चार नाटकं इत्यादी आजकालचे साहित्य अभिजात वाङ्मयाच्या कठोर कसोटीलासुद्धा उतरेल याबद्दल मला शंका वाटत नाही. पण हे साहित्य म्हणजे भर उन्हातून रस्त्याने प्रवास करणाऱ्या पांथस्थाला मधूनमधून सावली देणाऱ्या विरळ वृक्षराजीसारखे आहे. आपल्या मार्गाच्या दोन्ही बाजूंना असले वृक्ष अखंड ओळीने लावलेले असावेत आणि त्यांच्या सुंदर संमिश्र छायेत तीव्र उन्हाचे शीतल चांदण्यांत रूपांतर व्हावे असे आपल्यापैकी कुणा साहित्य पथिकाला वाटत नसेल?

दरवर्षी मराठीत कमीत कमी चार-पाचशे छोटीमोठी पुस्तके प्रसिद्ध होतात. पण या पुस्तकांत आपल्या कलागुणांनी रम्य वाटणारी अथवा आपल्या विचारविलासाने वाचकांच्या अनुभूतीला विशालता आणणारी पुस्तके कितीशी असतात? प्रत्येक वर्षी प्रसिद्ध होणारी सर्व मराठी पुस्तके चाळणाऱ्याला आपण एखाद्या गायनशाळेत जाऊन पाच-पंचवीस गोड गळ्याच्या मुलामुलींचे गायन ऐकून आलो असा भास होतो. पण चार-दोन नामांकित गवयांच्या मैफलीत बसल्यावर मनाला जो आनंद होतो तो मात्र त्याच्या वाट्याला सहसा येत नाही.

सर्वसामान्य मराठी वाङ्मयाचा दर्जा अजून उच्च न होण्याचे कारण लेखकाच्या व्यक्तित्वाच्या दारिद्र्याइतकेच रसग्राहक आणि मार्गदर्शक अशा टीकेचे दारिद्र्य हेही आहे असं मला वाटतं. आजच्या प्रमुख लेखकांपैकी माडखोलकरांसारख्या अनेक साहित्यिकांनी पूर्वी श्रेष्ठ दर्जाचे टीकालेखन केलं असलं तरी आज 'न धरी शस्त्र करीं मी' अशीच त्यांच्यापैकी बहुतेकांनी प्रतिज्ञा केलेली दिसते. मागच्या पिढीतल्या

केळकर, कोल्हटकर, वामनराव जोशी प्रभृती अव्वल दर्जाच्या साहित्यिकांनी एकमेकांच्या कलाकृतींवर प्रामाणिक टीका केल्यामुळे वाचकांना जे मार्गदर्शन लाभू शकले, ते आजच्या घटकेला मराठी वाङ्मयात दुर्लभ होऊन बसले आहे. 'अहं ब्रह्मास्मि', 'अहो रूपमहोध्वनि:' आणि 'तेरीबी चूप मेरीबी चूप' हीच आजच्या अनेक प्रमुख लेखकांची ब्रीदवाक्यं आहेत की काय असा मधूनमधून भास झाल्यावाचून राहत नाही. 'ज्याच्या हाती ससा, तोच पारधी' ही म्हण आता फार जुनाट झाली. 'ज्याच्या हाती वर्तमानपत्र, तो साहित्याचा श्रेष्ठ टीकाकार' अशी नवी म्हण रूढ होण्याचा काळ सध्या आला आहे.

क्वचित प्रसिद्ध होणारं एखादे पुस्तक सोडून दिलं तर टीकावाङ्मय या सदरात समाविष्ट होणारा मजकूर सध्या दोन ठिकाणी प्रसिद्ध होत असतो – वर्तमानपत्रांत आणि मासिकांत. बातम्या, जाहिराती, उखाळ्यापाखाळ्या काढणारी पत्रं आणि गोम्यासोम्यांच्या मुलाखती यांच्या मानाने पुस्तकपरीक्षण हे सदर कमी चटकदार असते अशी खातरी असल्यामुळे वर्तमानपत्रांतली परीक्षणांची आणि अभिप्रायांची जागा हवी तेव्हा असल्या दुसऱ्या महत्त्वाच्या मजकुराला देण्यात येते. प्रसंगी ती टीकेसाठी वापरण्यात आली तरी एखादे वेळी राजवाड्यातल्या भव्य दिवाणखान्यात उच्चासनावर बसलेल्या राजाप्रमाणे त्यात एकाच पुस्तकाचा परामर्श घेण्यात येतो आणि एखाद्या वेळी धर्मशाळेत गर्दी करून पडलेल्या माणसांप्रमाणे पाच-पंचवीस पुस्तके त्यात कोंबलेली असतात. नोकरीप्रमाणे अभिप्रायाच्या बाबतीतही वशिला प्रभावी ठरतो, असा अनेक नव्या-जुन्या लेखकांचा अलीकडचा अनुभव आहे म्हणे!

इतका खटाटोप करून वर्तमानपत्रांत जो अभिप्राय येतो तो वाचला की, 'खटाटोपो भयंकर:' या उक्तीची सार्थकता लेखकाला क्षणार्धात पटते. अभिप्रायाची बरीचशी जागा कादंबरी असल्यास तिच्या कथानकाने, कथासंग्रह असल्यास त्यातल्या गोष्टींच्या सारांशाने आणि काव्यसंग्रह असल्यास कवितांच्या उताऱ्यांनी बहुधा भरून काढण्यात येते. दोन-चार वृत्तपत्रांतल्या उलटसुलट अभिप्रायांची मिसळ करून ती आपल्या वाचकांना वाढण्यातही कित्येक उपसंपादक उपाहारगृहाच्या चालकांपेक्षा अधिक कुशलता व्यक्त करतात. या पद्धतीत फायदेही अनेक आहेत. पहिला फायदा म्हणजे निरनिराळ्या अभिप्रायांतलं तिखटमीठ मिसळल्यामुळे हा संमिश्र अभिप्राय कमालीचा खमंग होतो. दुसरा, अभिप्राय देण्याकरिता पुस्तक वाचण्याचा बिलकूल त्रास घ्यावा लागत नाही. ही दुसरी गोष्ट वर्तमानपत्री टीकाकारांच्या दृष्टीने फार महत्वाची असते; कारण अनेकदा अभिप्रायाकरिता त्याने घरी नेलेल्या पुस्तकाच्या, त्याने ते उघडण्यापूर्वीच, त्याची मुले चिंधड्या उडवितात. कित्येकदा मोठेपणाच्या मोहाने त्याची पत्नी घराला मोफत वाचनालयाचे स्वरूप देते. आणि मग या मोफत वाचनालयातून तिच्या मैत्रिणींनी नेलेले पुस्तक घरोघर फिरत शेवटी जुन्या बाजारात

पदपथावर विश्रांती घेत पडते. अशा प्रतिकूल परिस्थितीतही ह्या पुस्तकावर अभिप्राय देण्याची दक्षता घेणारा उपसंपादक किती बुद्धिवान असला पाहिजे हे सांगण्याची काय आवश्यकता आहे?

राजकारण अथवा सामाजिक चळवळी यांच्या जोडीने आपण वाङ्मयाचे सामाजिक महत्त्व मान्य करू लागलो आहोत. अशा वेळी वाङ्मयीन चर्चेला बुद्धिप्रधान बैठक निर्माण करून देणे किंवा तिच्यात विचारप्रवर्तक वैचित्र्य आणणे वर्तमानपत्रांना फारसे अशक्य नाही. पण हे कार्य कसोशीनं पार पाडणारी वृत्तपत्रे सध्या अतिशय थोडी आहेत. उणीव जागेची नाही, निष्ठेची आहे. दारिद्र्य आहे ते साधकांचं; साधनांचं नव्हे.

वर्तमानपत्रांकडून मासिकांकडे दृष्टी वळवली की, खडकाळ प्रदेशातून आपण मैदानात उतरलो असा थोडा वेळ भास होतो. मासिकांतली परीक्षणे सामान्यतः थोडी विस्तृत असतात. टीकाकाराची कुशाग्र रसिकताही या लिखाणांतून व्यक्त होत असते. पण प्रो. आंबेकर, क्षीरसागर, शेष, शरच्चंद्र, निरंतर असे काही सन्मान्य अपवाद वगळल्यास सध्याचे नियतकालिकांतील टीकालेखन उथळ, मामुली, औपचारिक अथवा एकांगी असतं असंच म्हणावं लागेल.

उदाहरणार्थ, शकुंतला परांजपे या रसिक विदुषीचे समाजस्वास्थ्यात येणारे अभिप्राय पाहावेत. ते वाचून करमणूक होते, हे मी आरंभीच आनंदाने कबूल करतो. पण टीकालेखनाचा उद्देश येनकेनप्रकारेण करमणूक करणे हा नसल्यामुळे शकुंतलाबाईंचा वाचक त्यांचे लिखाण वाचून बुचकळ्यात पडतो. या लेखिकेने वरेरकरांच्या 'पेटते पाणी' या कादंबरीवर नुकताच आपला अभिप्राय दिला आहे. मामांनी या कादंबरीत केलेला दारूबंदीचा पुरस्कार शकुंतलाबाईंना मान्य नाही. का म्हणून विचाराल तर त्या उत्तर देतील, 'मी मधूनमधून मद्य घेते, पण मला दारूचा कोणताही दुष्परिणाम कधीच जाणवला नाही.' या उत्तरातला शब्द नि शब्द खरा मानायला मी तयार आहे. प्रश्न एवढाच आहे की, व्यक्तिशः शकुंतलाबाईंना मद्याचे दुष्परिणाम भोवले नसले म्हणून दारूमुळे अनर्थ होत नाहीत, हा त्यांनी काढलेला निष्कर्ष तर्कशुद्ध कसा ठरतो? असा काहीतरी अडवणुकीचा प्रश्न आपल्याला विचारला जाईल, या कल्पनेने त्यांनी पुढे लिहिले आहे, 'मध्यम स्थितीतली मद्य घेणारी शें-दोनशे कुटुंबं मी पाहिली आहेत; पण या कादंबरीतल्या बेताल बापाप्रमाणे वागणारा एकही माणूस मी पाहिला नाही.' शकुंतलाबाईंनी या शें-दोनशे कुटुंबांची नावे आपल्या बाजूचे साक्षीदार म्हणून प्रसिद्ध केली तर पुण्याच्या संस्कृतिसंरक्षक मंडळात काय हलकल्लोळ उडेल आणि तिथल्या अग्निहोत्रमंदिरातला अग्नी किती भडकेल हा प्रश्न आपण सोडून देऊ. पण दारूमुळे ज्या कुटुंबांची वाताहत झाली आहे अशा शें-दोनशे कुटुंबांची नावे वरेरकरही त्यांना सहज सुनावू शकतील. व्यक्तिनिष्ठ अनुभव ही

तत्त्वप्रतिपादनाची वा वाङ्‌मयातल्या वास्तवतेची कसोटी होऊ शकत नाही, हे अनेक पाश्चात्य भाषांतील उत्कृष्ट वाङ्‌मयाशी परिचय असूनही शकुंतलाबाईंच्या लक्षात येऊ नये, ही मोठी दुर्दैवाची गोष्ट आहे.

टीकाकाराला लागणाऱ्या व्यापक व तात्त्विक दृष्टीचा सध्या आपल्यात किती अभाव आहे याचं आणखी एक गमतीदार उदाहरण सांगतो. माझ्या 'पांढरे ढग' या चार महिन्यांपूर्वी प्रसिद्ध झालेल्या कादंबरीवर नुकताच एका वृत्तपत्रात अभिप्राय आला होता. अर्थात, त्या अभिप्रायाचा निम्मा-अधिक भाग कथानकाच्या सारांशानं व्यापला होता हे सांगायला नकोच. त्या कादंबरीतली स्वप्नाळू वृत्तीची नायिका लता आपल्या कथालेखनातून दलितांविषयी जिव्हाळा दाखवीत असते; पण श्रीमंतीचा आणि विलासी जीवनाचा मोह सोडवत नसल्यामुळे शेवटी ती सिनेमा नटी होते असे मी दाखविले आहे. सदरहू अभिप्रायकारांनी लता अगदी सत्यसृष्टीतली वाटते असा शेरा मारून पुढे मल्लीनाथी केली आहे, 'सिनेमातल्या अनुभवांचं असे चित्र रेखाटून खांडेकर त्याच धंद्यावर आपला चरितार्थ चालवितात ही मोठ्या आश्चर्याची गोष्ट आहे!' या सद्‌गृहस्थांची वाङ्‌मय व जीवन यांच्या संबंधाविषयी काय मतं आहेत हे कळायला काही मार्ग नाही. कदाचित त्या बाबतीत विचार करायला त्यांना आतापर्यंत वेळच मिळाला नसेल. त्यांनी माझ्यावर केलेल्या टीकेत काही अर्थ आहे असं गृहीत धरलं तर उद्या डॉक्टर असलेल्या मनुष्याने आपल्याकडे येणाऱ्या रोग्यांच्या अनुभवांचे कलात्मक कथेत रूपांतर करणं मोठं पाप ठरेल. हे परीक्षक त्या डॉक्टरला सांगतील, 'आपला धंदा तरी सोडा, नाहीतर स्वत:च्या अनुभवांविषयी लिखाण करायचं तरी सोडा.' डॉक्टर असल्यामुळेच ब्रिओ 'डॅमेज्ड गुड्स' सारखे प्रभावी प्रचार करणारे नाटक लिहू शकला किंवा क्रोनिन 'सिटाडेल'सारखी अगदी साध्यासुध्या अनुभवांनी भरलेली पण अत्यंत हृदयस्पर्शी कादंबरी निर्माण करू शकला. पण याचा आपल्याकडे पत्ता आहे कुणाला?

स्वतंत्र टीकाग्रंथ तर क्वचितच प्रसिद्ध होतात. हल्लीच प्रकाशित झालेल्या असल्या पुस्तकांतली 'प्रो. फडके - व्यक्ति व वाङ्‌मय' आणि 'स्वभाव-लेखन' ही दोन पुस्तके घेऊ. या दोन लेखकांनी आपापल्या पुस्तकांच्या बाबतीत केलेले परिश्रम नि:संशय प्रशंसनीय आहेत. पण व्यक्तिनिष्ठ अनुभवांना दिलेले सिद्धांताचे स्वरूप, ऐतिहासिक दृष्टिकोनाचा अभाव, वाङ्‌मयनिर्मितीच्या क्रियेशी असणारा अतिशय अपुरा परिचय इत्यादी अनेक वैगुण्ये या टीकालेखकांच्या ठिकाणी असल्यामुळे त्यांचे लिखाण बरेच सदोष झाले आहे. डॉ. सहस्रबुद्धे यांनी गॉल्सवर्दीच्या जोडीने हार्डी आणि इब्सेन चाळला असता किंवा प्रो. मा. का. देशपांडे यांनी फडक्यांना अनेक युरोपियन कादंबरीकारांहून श्रेष्ठ ठरविताना शरच्चंद्रांच्या पाच-सहा प्रमुख कादंबऱ्या वाचल्या असत्या तर आपल्या हस्तलिखिततातला बराचसा मजकूर तांबड्या शाईने खोडून

टाकणे आवश्यक आहे, एवढी जाणीव त्यांना खास झाली असती !

गावाला जशी म्युनिसिपालिटीची तशी वाङ्मयाला टीकेची जरुरी असते, असे मला वाटते. पण सध्याच्या मराठी वाङ्मयाकडे पाहिले तर त्याच्या म्युनिसिपालिटीतले अनेक सन्मान्य सभासद सभांना सहसा हजर राहत नाहीत. जे हजर राहतात ते एवढया-तेवढयाशा कारणाने वर्दळीवर येतात आणि रस्ते दुरुस्त करण्यापेक्षा त्यांना आपली अगर आपल्या दोस्तांची नावे कशी दिली जातील या विवंचनेतच कित्येक असतात असं दिसून येईल. सूक्ष्म रसग्रहण, मूलगामी चिकित्सा, शास्त्रीय दृष्टिकोनाने केलेले विवेचन इत्यादी गुणांची सध्याच्या टीकालेखनात दिसून येणारी उणीव वाङ्मयाची वाढ नकळत खुरटवीत आहे. चांगले काय नि वाईट काय, एका कलाकृतीचे उच्चत्व कशात आहे नि दुसरीचा सामान्यपणा कशामुळे निर्माण झाला आहे हे वाचकाला कळल्याशिवाय वाङ्मयाचे सौंदर्य पाहण्याची त्याची दृष्टी अधिक सूक्ष्म आणि अधिक विचारशील केल्याशिवाय त्याच्या वाङ्मयीन अपेक्षा मोठ्या होणार नाहीत आणि जोपर्यंत वाचकांच्या अपेक्षा तीव्रतेने वाढत नाहीत तोपर्यंत उच्च दर्जाचं वाङ्मय विपुल प्रमाणात निर्माण होणं आणि जे निर्माण होईल त्याचा यथायोग्य सत्कार होणं या दोन्ही गोष्टी सत्यसृष्टीत उतरत नाहीत. गेल्या एक-दोन वर्षांत मराठीत निर्माण झालेली काही-काही चांगली पुस्तके उपेक्षित स्थितीत मागे पडली याचं दुसरं कारण काय असू शकेल? कवितेच्या ओहोटीच्या काळात बोरकरांनी रसिकांना 'जीवनसंगीत' ऐकविलं; पण श्रोत्यांची वाहवा त्यांना जशी मिळावी तशी मिळाली नाही. फारतर 'गाणं गोड आहे' असे उद्गार चारचौघांनी काढले असतील. काव्याकडून कथेकडे वळले तर 'दृष्टिआडच्या सृष्टीत' या शब्दचित्रांच्या सुंदर संग्रहाचंही व्हावे तितके कौतुक झाले नाही असेच दिसून येईल. या शब्दचित्रांतल्या रेखांत आणि रंगांत नावीन्य, सजीवता आणि कला यांचा सुंदर संगम झाला होता. पण -

चांगल्या वाङ्मयाची अशी उपेक्षा होणे साहित्याच्या प्रगतीच्या दृष्टीने अत्यंत अनिष्ट आहे. ही उपेक्षा थांबविण्याचा मार्ग एकच आहे. माडखोलकर, फडके, वरेरकर, अत्रे प्रभृती नामांकित साहित्यिकांनी अभिजात अभिरुची निर्माण करण्याकरिता टीका-लेखनाकडे वळणे आणि उदयोन्मुख लेखकांनी अंधानुकरणामुळे सुसाध्य वाटणाऱ्या लघुकथा-लघुनिबंधादी कलात्मक लिखाणाचा मोह आवरून प्रथम परिश्रमपूर्वक टीकाकार होणे. चांगला लेखक होऊ इच्छिणाऱ्याने आधी चांगला टीकाकार झाले पाहिजे. सी. के. नायडू हल्लीहल्ली चांगले बॉलिंग टाकू शकतात. पण हा गुण खेळाडू या नात्याने अनेक बॉलर्सना तोंड देता-देता त्यांनी साध्य केला आहे असं मला वाटतं. टीकाकारही असाच वाङ्मयनिर्माता होऊ शकतो.

टीकाकार होणे ज्या लेखकांना कमीपणाचे वाटते त्यांना टीकेच्या कक्षेत

येणाऱ्या विविध क्षेत्रांची व त्यांतल्या अगणित बौद्धिक विलासांची कल्पनाच नाही, असं म्हणावं लागेल. लेखकाला लेखनाची स्फूर्ती कशी होते, ललित वाङ्मयात कल्पना आणि अनुभव यांचे प्रमाण कोणत्या प्रमाणात असावं, लेखनकला आणि जीवनानुभूती यांच्या संगमाची जागा कोणती इत्यादी प्रश्नांची चर्चा केवळ रूक्षपणानं झाली तर तिच्याकडे फारच थोडे लोक लक्ष देतील; पण गेल्या चाळीस वर्षांत मद्यपान-निषेध या एकाच विषयावर 'मूकनायक', 'विद्याहरण', 'एकच प्याला', 'ब्रँडीची बाटली' आणि 'पेटते पाणी' या ज्या पाच नामांकित लेखकांच्या पाच विविध कलाकृती निर्माण झाल्या त्यांची सर्वांगीण तुलना केली तर ती जेवढी वाङ्मयदृष्ट्या मनोरंजक होईल तेवढीच सामाजिक दृष्टीनेही उद्बोधक ठरेल. प्रत्येक लेखकाच्या कृतीवर परिस्थिती, व्यक्तित्व, कलाकृतीचे माध्यम आणि लोकांची अभिरुची यांचे विविध परिणाम होऊन तिचं एक नवे पृथगात्म स्वरूप निर्माण होतं. त्या स्वरूपाची यथार्थ कल्पना सर्वसामान्य रसिकतेला निःसंशय वरच्या पातळीवर नेऊ शकेल.

ज्याच्याकडे कुणी सहसा वळत नाही असे टीकेचे आणखी एक क्षेत्र जाता-जाता सुचवितो. वामनराव जोशी यांच्या लिखाणावरून ते काव्य न लिहिणारे कवी आहेत, गुदगुल्या न करणारे विनोदी लेखक आहेत, विचारवंत तत्त्वज्ञ आहेत, निराशेच्या पार्श्वभूमीवर उभे राहिलेले जीवनाचे आशावादी भाष्यकार आहेत इत्यादी गोष्टी सहज दिसून येतात. त्यांच्यासारख्या प्रामाणिक साहित्यिकाचे जीवन आणि लेखन ही किती प्रमाणात एकमेकांची प्रतिबिंबे आहेत हे पाहणे अतिशय महत्त्वाचे आहे. अशा प्रकारच्या टीका-लेखनाला फार खोल अभ्यास लागतो हे मी मान्य करतो पण समुद्रात काय अथवा वाङ्मयात काय पाणबुड्यालाच मोती मिळतात, पृष्ठभागावर तरंगणाऱ्याला ते कधीच लाभत नाहीत.

टीकाकार हा वाङ्मयातला कुशल वैद्य आहे. जेथे वैद्य दुर्मीळ असतात तेथे वैदूंचे फावते, हा नित्याचा अनुभव आहे. मराठी वाङ्मयातल्या सध्याच्या विविध विकृती कमी व्हाव्यात आणि त्याची प्रकृती अधिकाधिक सुदृढ होत जावी म्हणून आज तज्ज्ञ वैद्यांची किती आवश्यकता आहे याविषयी मी आतापर्यंत एवढा प्रपंच केला. पण कुणाचीही प्रकृती बरी होते ती काही केवळ वैद्याच्या ज्ञानामुळे नाही. विकृती झालेल्या माणसाच्या अंगात रोगाशी झगडण्याची आणि जिवंत राहण्याची जी नैसर्गिक शक्ती असते तिला वैद्य साहाय्य करू शकेल; पण ती शक्ती काही केल्या तो निर्माण करू शकणार नाही.

अशी जीवनशक्ती आजच्या मराठी वाङ्मयात आहे काय म्हणून कुणी मला विचारले, तर मी अभिमानाने त्याला उत्तर देईन - 'असला प्रश्न विचारण्याइतके आजचे मराठी वाङ्मय दुबळे नाही.' कल्पकता, सहृदयता, कला, विनोद, तंत्र,

शैली इत्यादी विविध वाङ्मयगुणांपैकी या नाही त्या गुणांत ज्यांना पहिला वर्ग देता येईल अशा श्रेष्ठ साहित्यिकांची परंपरा चिपळूणकर-आगरकरांपासून अत्रे-फडक्यांपर्यंत अखंड सुरू आहे. ही उज्ज्वल परंपरा चालविण्याचे सामर्थ्य असलेले अनेक प्रतिभावान लेखक नवीन पिढ्यांतून उदयाला येत आहेत ही मोठ्या आनंदाची गोष्ट आहे.

असे असूनही आजच्या मराठी वाङ्मयातल्या दोन मोठ्या वैगुण्यांची टोचणी मी कधीच विसरू शकत नाही. त्यातलं पहिलं म्हणजे ललित लेखक जे जीवन चित्रित करतात त्याचा संकुचितपणा आणि उथळपणा. वैयक्तिक जीवनाच्या चित्रणाकडे पाहिले तर मध्यमवर्गातल्या कॉलेजमध्ये जाणाऱ्या मुलामुलींपासून वैवाहिक अथवा विवाहबाह्य प्रेम करणाऱ्या स्त्री-पुरुषांपर्यंतचे जीवनच - आणि तेही वरवरचे - आमचे प्रथितयश लेखक पाहू शकतात असे दिसते. गेल्या दहा वर्षांतली निवडक शंभर पुस्तके काढून ती जर फार दिवसांनी परदेशाहून परत येणाऱ्या एखाद्या मराठी गृहस्थाला दिली तर महाराष्ट्रात मुले आणि म्हातारी माणसे फार कमी झाली असली पाहिजेत, असा त्याचा ग्रह झाल्यावाचून राहणार नाही. पंधरा वर्षांचा मुलगा घेतला काय अथवा पन्नास वर्षांचा म्हातारा घेतला काय, अल्लड मुलगी असो किंवा पोक्त आजीबाई असो - आयुष्य हरघडी प्रत्येकापुढे नवनवी प्रश्नचिन्हे टाकीतच असते. निरनिराळ्या वयातले अनुभव, सुखदुःखे, आशा, आकांक्षा आणि जीवनाकडे पाहण्याचे दृष्टिकोन यांच्यात इतके अंतर असते की, पाळण्यातल्या चिमण्यांशी खेळणाऱ्या तान्हुल्यापासून तों आपल्या प्राणज्योतीप्रमाणे मंद झालेल्या उशाजवळच्या समईकडे निस्तेज नेत्रांनी पाहणाऱ्या वृद्धेपर्यंतचे मानवी मन चित्रित करता आल्याशिवाय लेखकाच्या कलेचा खरा विकास झाला, असे आपल्याला कधीही म्हणता येणार नाही.

सामाजिक जीवनाच्या चित्रणातही हाच संकुचितपणा अजून दिसून येतो. मध्यम किंवा उच्च दर्जाच्या पांढरपेशा वर्गाबाहेरचे जिवंत चित्रण मराठी वाङ्मयात अतिशय थोडं आहे. अलीकडे लोकाग्रहास्तव आम्ही लेखक मजूर-शेतकऱ्यांकडे धाव घेऊ लागलो आहोत, कथा-कादंबऱ्यांत समाजवादावर व्याख्यानेही देऊ लागलो आहोत, कादंबरीचा गुलाबी रंग बिघडू नये अशा बेताने तिच्यात लाठीमारही घालीत आहोत. पण या चित्रणात समुद्राच्या लाटांचा जिवंत खळखळाट नाही, तळ्यातल्या पाण्याची मंद कुजबूज आहे. ज्या सामाजिक दुःखाने लेखकाच्या डोळ्यांत अश्रू उभे राहत नाहीत आणि ते दूर करता-करता त्या अश्रूंच्या पाठोपाठ जेथे त्वेषयुक्त ठिणग्या चमकू लागत नाहीत ते दुःख वाचकांच्या हृदयापर्यंत नेऊन पोचविण्यात त्याला पूर्ण यश मिळणे फार कठीण आहे. बाहेरच्या आघातांनी लेखकाच्या प्रतिभेच्या ज्या तारा कंप पावतात त्यांचेच मधुर प्रतिध्वनी त्याच्या लिखाणातून ऐकू येतात. त्या दृष्टीने

लेखकाने आपल्या भावनात्मक व चिंतनात्मक अनुभवांबाहेरचं क्षेत्र चित्रणाकरिता निवडणं कलेच्या दृष्टीने हानिकारक होते असेच म्हणावे लागेल.

न पाहिलेल्या, बुद्धीला न पटलेल्या किंवा अंत:करणाने न आकळलेल्या जीवनाचे कृत्रिम निर्जीव चित्रण हा मराठी वाङ्मयात विपुलतेने शिरू पाहत असलेला जसा एक दोष आहे, त्याप्रमाणे न पटलेल्या तत्त्वाचे गडबडगुंडा करून केलेलं मंडन हाही एक आमच्या सध्याच्या ललित वाङ्मयाचा महत्त्वाचा अवगुण आहे. फडके व अत्रे या आजकालच्या कादंबरी आणि नाट्य या क्षेत्रांत अग्रेसर मानल्या जाणाऱ्या साहित्यिकांच्या 'उद्धार' व 'लग्नाची बेडी' या लोकप्रिय कृतीच आपण ओझरत्या चिकित्सेकरिता घेऊ. 'उद्धार'मध्ये केवळ आर्थिक स्वातंत्र्याने स्त्री खरीखुरी स्वतंत्र होत नाही, नैतिक स्वातंत्र्य हेच स्त्रीचं खरं स्वातंत्र्य होय हे अट्टहासाने प्रतिपादन करण्याचा फडक्यांनी प्रयत्न केला आहे. कादंबरीतली तात्त्विक चर्चा म्हणजे कलेने परिधान केलेल्या सुंदर पातळाला पडलेल्या वेड्यावाकड्या सुरकुत्या, असं ज्यांचं एकेकाळी मत होतं त्याच फडक्यांनी या कादंबरीत स्त्रीच्या नैतिक स्वातंत्र्यावर व्याख्याने झोडायला मुळीच कमी केलेलं नाही. पण कलेच्या बाबतीत त्यांनी फिरविलेल्या पगडीचा प्रश्न बाजूला ठेवला तरी कुमारिकेच्या मातृपदाचं समर्थन करता-करता ती कुमारी खरीखुरी माता होत असली तरच या प्रश्नाची तीव्रता वाचकाला जाणवू शकेल, ही गोष्ट ते अजिबात विसरून गेले. स्वप्नातली कुठलीही गोष्ट खरी मानण्याइतकी विद्येसारख्या एखाद्या मुलीच्या मनाची ठेवण विलक्षण असेल, त्यामुळे स्वप्नात विनयकुमार जवळ आल्याचा तिला भास झाला असेल, आपण गरोदर आहोत अशी तिला झालेली भावनाही – अपवाद म्हणून का होईना – वैद्यकशास्त्राच्या अनुभवाशी जुळत असेल, पण जोपर्यंत कादंबरीतली नायिका कुमारीमाता होऊन पिसाळलेल्या समाजाच्या अमानुष छळाला तोंड द्यायला तयार होत नाही तोपर्यंत तिला पुढे करून केलेली स्त्रीच्या नैतिक स्वातंत्र्याची वकिली वाचकांना पोकळ वाटल्यावाचून राहणार नाही.

अत्र्यांच्या 'लग्नाच्या बेडी'तही हीच गंमत दृष्टोत्पत्तीला येते. अत्र्यांच्या विनोदी प्रतिभेचे एक गुटगुटीत अपत्य या दृष्टीने हे नाटक ठीक आहे; पण त्यातले तत्त्वप्रतिपादन? आर्य मदिरा मंडळातल्या जनूभाऊने मन्याबापूची बाजू घ्यावी अशातला प्रकार वाटतो तो. या नाटकातली सिनेमानटी रश्मी प्रत्येक बायकोने तिकडची स्वारी ताब्यात ठेवण्यासाठी स्वत:च्या शृंगाराची काळजी घेतली पाहिजे, असे भरतवाक्य म्हणून हे नाटक संपविते. एका सिनेमानटीचा सार्वजनिक मुखवटा या दृष्टीने या उपदेशात आक्षेप घेण्यासारखे काहीच नाही. पण या नाटकातला डॉक्टर कांचन यामिनीला सोडून रश्मीच्या नादी लागतो याचे कारण तिच्यातला शृंगाराचा अभाव हेच आहे, हे काही केल्या प्रेक्षकांच्या मनाला पटत नाही. नाटकाच्या आरंभी

यामिनीचं लग्न होऊन काही दहा-वीस वर्षे झाली नव्हती किंवा तिला पाच-दहा मुले होऊन ती म्हातारीही दिसू लागली नव्हती. लग्नाच्या पहिल्याच वाढदिवशी तिचे पतिराज एका नाटकी अप्सरेला घरात आणून तिच्याभोवती पिंगा घालू लागतात यात तिचा बिचारीचा काय अपराध आहे? पण नवरोबांच्या या मानसिक विकृतीवर अत्रे जे रामबाण औषध शोधून काढतात ते कोणते? तर कुठल्याही बायकोने केव्हाही आपल्या शृंगारात तीळही उणा पडू देऊ नये हे! जणूकाही यामिनी चोवीस तास जुनेर नेसूनच घरात फिरत असल्यामुळे तिच्या सौंदर्यलोलुप नवऱ्याचे डोके फिरून तो रश्मीच्या मागे धावत सुटला होता!

आजच्या लोकप्रिय गणल्या जाणाऱ्या सर्व साहित्यिकांच्या विशिष्ट वाङ्मयगुणांचा मी चाहता आहे. मात्र त्या गुणांची परिपूर्ण कल्पना असल्यामुळेच की काय मला त्यांचे दोष – विशेषत: वैचारिक उथळपणातून आणि जीवनपराङ्मुख अशा वृत्तीतून उद्भवणारे दोष – फार तीव्रतेने जाणवतात. या साहित्यिकांच्या कृती वाचताना अथवा पाहताना बुद्धिबळाचा सुंदर डाव पाहिल्याचं समाधान मला अनेकदा मिळतं; पण आत्मविकासाला परिपोषक होणाऱ्या मोहक किंवा दाहक अनुभूतींचा अलौकिक प्रत्यय मात्र त्यांच्या बौद्धिक क्रीडेपासून वाचक या नात्याने मला सहसा लाभत नाही. न पटलेल्या तत्त्वांचं मंडन हे आजचं आमच्या वाङ्मयाचं फार मोठे वैगुण्य आहे असे मी म्हणतो ते याच कारणामुळे.

व्यक्ती घ्या अगर कलाकृती घ्या, दोन्हीतही शरीरापेक्षा आत्म्याचं महत्त्व मी शतपटींनी अधिक मानतो. कुरूप बहिरंग पुरवले, पण निर्जीव अथवा विकृत अंतरंग नको, हा याबाबतीतला माझा आवडता दंडक आहे. त्यामुळे आजच्या मराठी वाङ्मयात तंत्र, भाषाशैली, विविध शास्त्रांच्या परिचयाने लेखनाला येणारा सुसंस्कृतपणा, नव्या जीवनविषयक दृष्टिकोनाने येणारी उदात्तता इत्यादी गुणांची जी थोडीफार उणीव आढळते तिच्याविषयी मला फारसा विषाद वाटत नाही. मला दुःख होते ते वाङ्मयाच्या अंतरंगाच्या उथळपणाविषयी, त्याच्या निर्जीव कृत्रिमतेविषयी! वाचकांना काय आवडेल, जे आवडेल ते कोणत्या रंगीत वेष्टनात गुंडाळून दिले म्हणजे अधिक आकर्षक होईल, त्यांना कुठली भूल दिली असता आपल्या दोषांकडे त्यांचे लक्ष जाणार नाही हे सारे आडाखे अजमावून केले जाणारे जीवनचित्रण कितीसे वास्तव, सजीव अथवा उत्कट असणार? त्याचे नकली सौंदर्य कुणाच्या हृदयाची पकड घेणार? आत्मानुभूतीच्या प्रामाणिक आविष्कारापासून आजचे मोठमोठे लेखक दूर-दूर जाऊ लागले तर पुढल्या पिढीच्या वाङ्मयावर आणि पर्यायाने तिच्या जीवनावरही या दोषाचा परिणाम होण्याचा संभव नाही काय? म्हणूनच मी सर्व रसिकांचं लक्ष आग्रहाने या गोष्टीकडे वेधून घेत आहे. लग्न ही शृंखला आहे की पुष्पमाला आहे आणि ती शृंखला असली तरी ती तोडून टाकावी किंवा नाही याविषयी अत्र्यांनी

आपले अनुभवजन्य निश्चित मत नाटकांत प्रतिपादन करू नये असं कुणीच म्हणणार नाही. पण रंजनाकरिता विविध स्त्री-पुरुषांच्या चंचल मनांचं आणि स्वैर वर्तनांचं ढंगदार चित्रण करून समाजाच्या तोंडाला पानं पुसण्याकरिता शेवटी मात्र लग्नाची बेडी आवश्यक आहे, असा साळसूद उपदेश एखाद्या पात्राच्या तोंडी त्यांनी दडपला तर तो कुणाला खरा वाटेल? दारूच्या प्याल्यात पळीभर तीर्थ टाकून तो पवित्र करून पिण्यातलाच प्रकार आहे हा! केवळ कलादृष्टीने पाहिले तरी विडंबनाच्या सीमेवर स्वच्छंदाने बागडणाऱ्या विनोदी कथानकाला असलं तत्त्वज्ञान चिकटविणं म्हणजे चेहऱ्याची रंगरंगोटी करण्यात तब्बल तीन तास खर्च करणाऱ्या एखाद्या सुंदर तरुणीवर बुरखा घेऊन घराबाहेर पडण्याची सक्ती करण्यासारखेच नाही का?

'उद्धार'मध्ये फडक्यांना विद्येविषयीची वाचकांची सहानुभूती कायम ठेवूनही कौमार्यावस्थेत प्राप्त होणाऱ्या मातृपदाचा प्रश्न प्रामाणिकपणाने रंगविता आला नसता काय? पण -

हा पण पदोपदी पुढे उभा राहत आहे म्हणूनच आज रसिक आणि चिकित्सक टीकाकारांची मराठी साहित्याला फार मोठी गरज आहे असं मी म्हणतो. ज्याला दुसरा काही धंदा करता येत नाही तो शेवटी मास्तर होतो, अशी शिक्षकाची एक अंशत: सत्य असलेली व्याख्या प्रचलित आहे. ज्याला दुसरे काही लिहिता येत नाही तो टीकाकार होतो, असे या पद्धतीने सध्याच्या दहापैकी आठ टीकाकारांचे तरी वर्णन करता येईल. असले बेगडी, दुर्बळ टीकाकार आजच्या संक्रमणकाळातल्या वाङ्मयाला कसले वळण लावणार? पाताळात पडलेल्या सगरपुत्रांच्या रक्षेपर्यंत स्वर्गातल्या गंगेला नेणे हे काही येरागबाळाचे काम नाही. भगीरथाची तपस्याच हे कार्य करू शकते. सरस आणि प्रेरक (creative) टीकेच्या बाबतीतही हाच अनुभव येतो. एकतंत्र राज्यपद्धतीचे दुष्परिणाम टाळण्याकरिता लोकपक्ष जसा संघटित झाला पाहिजे आणि त्या पक्षाचे पुढारी जसे त्यागी, बहुश्रुत आणि प्रामाणिक हवेत त्याप्रमाणे कुठल्याही वाङ्मयाची खरीखुरी प्रगती व्हायची असेल तर सर्वसामान्य वाचक अधिकाधिक रसिक होत गेला पाहिजे आणि आपल्या बौद्धिक गुणांनी असल्या असंख्य रसिकांचे जे स्वयंभू पुढारी होऊ शकतात अशा लोकांनीच टीकाकाराची भूमिका स्वीकारली पाहिजे. स्टीफन झ्वाइग या विश्वविख्यात ललित लेखकाचे नाव आपणा सर्वांना परिचित असेलच. तो काव्यात्म पण चिकित्सक वृत्तीने नुसती भावकथाच लिहीत नाही – चरित्र, इतिहास, टीका इत्यादी प्रांतांतही त्याची तीच सौंदर्यनिष्ठा आणि जीवननिष्ठा प्रकर्षाने प्रकट होते. असल्या टीकाकारांचे आदर्श आपण आपल्यापुढे आज ठेवणे जरूरी आहे. झ्वाइगची Three Masters आणि Adepts in self portraiture ही दोनच पुस्तके आपल्यातल्या एखाद्या उदयोन्मुख टीकाकाराने अभ्यासली तरी त्याचा दृष्टिकोन विशाल होईल. आपले

टीकालेखन किती सामान्य, संकुचित आणि दुबळे आहे याची जाणीव होऊन तो ईर्ष्येने टीकाकाराला आवश्यक अशा तपस्येकडे वळेल.

कालिदासापासून तांब्यांपर्यंतच्या अनेक श्रेष्ठ साहित्यिकांचा सहवास ज्या रसिक मालवभूमीला लाभला आहे ती मराठीच्या या विकासाच्या काळात टीकाक्षेत्रात महत्त्वाचे कार्य करून दाखवील, अशी या प्रसंगी माझ्यासारख्याने आशा व्यक्त केली तर ती अस्थानी ठरणार नाही अशी माझी खातरी आहे. कारण आजचं निमंत्रण स्वीकारल्यानंतर उज्जयिनीला काय बोलावे याचा मी विचार करू लागलो तेव्हा उज्जयिनीशी निकट संबंध असलेल्या कालिदासाचं अनेक सुंदर चरण मला आठवू लागलं. त्या सर्वांत माझं मन अधिक वेळ स्थिर झालं ते मेघदूतातल्या खालील चरणावर -

'याच्ञा मोघा वरमधिगुणे नाधमे लब्धकामा।'

◆

www.ingramcontent.com/pod-product-compliance
Lightning Source LLC
Chambersburg PA
CBHW070607180626
46817CB00005B/2032